വായനയുടെ ക്ലാസിക്
അനുഭവങ്ങൾ

vayanayude classic anubhavangal

●

dr. munjinad padmakumar

●

first edition
may 2013

●

second impression
january 2021

●

typesetting
star communications, thiruvananthapuram

●

published
chintha publishers, thiruvananthapuram

●

cover
ambeesh

വിതരണം

ദേശാഭിമാനി ബുക്ക് ഹൗസ്

H O തിരുവനന്തപുരം–695 035
www.chinthapublishers.com
chinthapublishers@gmail.com

ബ്രാഞ്ചുകൾ

ഹെഡ്ഡാഫീസ് ബ്രാഞ്ച് കുന്നുകുഴി • ഓവർബ്രിഡ്ജ് തിരുവനന്തപുരം • കെ
എസ് ആർ ടി സി ബസ് സ്റ്റേഷൻ ആലപ്പുഴ • കെ എസ് ആർ ടി സി ബസ്
സ്റ്റേഷൻ എറണാകുളം • മച്ചിങ്ങൽ ലെയ്ൻ തൃശൂർ • ഐ ജി റോഡ് കോഴി
ക്കോട് • കെ എസ് ആർ ടി സി ബസ് സ്റ്റേഷൻ കോഴിക്കോട് • എൻ ജി ഒ
യൂണിയൻ ബിൽഡിങ് കണ്ണൂർ • സെൻട്രൽ ബസ് ടെർമിനൽ കോംപ്ലക്സ്
താവക്കര കണ്ണൂർ

CO - 1910 / 3216
ISBN - 978-93-83155-23-1

വായനയുടെ ക്ലാസിക് അനുഭവങ്ങൾ

ഡോ. മുഞ്ഞിനാട് പത്മകുമാർ

ചിന്ത പബ്ലിഷേഴ്സ്
തിരുവനന്തപുരം-695 035

ഡോ. മുഞ്ഞിനാട് പത്മകുമാർ

എം കെ ഗോപിനാഥൻനായരുടെയും എൻ വിജയമ്മയു ടെയും മകൻ.

മലയാളത്തിൽ ബിരുദാനന്തരബിരുദവും രമണമഹർഷി യുടെ ആധ്യാത്മിക ജീവിതത്തെ അടിസ്ഥാനമാക്കിയുള്ള പഠനത്തിന് ഡോക്ടറേറ്റും ലഭിച്ചു.

കവിത, യാത്ര, സംഗീതം, വിമർശനം, വിവർത്തനം എന്നീ മേഖലകളിലായി മുപ്പതോളം കൃതികൾ പ്രസിദ്ധീകരിച്ചു.

ആശാൻ പുരസ്കാരം (2009) കാഴ്ച തിരക്കഥ പുരസ്കാരം (2011) കെ പി അപ്പൻ പുരസ്കാരം (2012) എന്നിവ നേടിയി ട്ടുണ്ട്.

ഭാര്യ   : മിനി എസ്

മകൾ   : പി ദേവികൃഷ്ണ

വിലാസം : നീലാംബരി, ശ്രീവിലാസം നഗർ

വടക്കേവിള പി ഒ, കൊല്ലം. 691010

ഉള്ളടക്കം

ആമുഖം

വായിക്കുമ്പോൾ മനസിനും തലച്ചോറിനും സംഭവിക്കുന്ന അപ കടങ്ങളെക്കുറിച്ച് ബർട്രന്റ് റസ്സൽ ഹൃദ്യമായൊരു മുന്നറിയിപ്പ് നൽകു ന്നുണ്ട്. നിങ്ങളുടെ ഇടത്തെ ഹൃദയമാണ് പുസ്തകത്തിലെ ആശയങ്ങ ളോടും അനുഭവങ്ങളോടും അനുഭവം പ്രകടിപ്പിക്കുന്നതെങ്കിൽ നിങ്ങൾ ചരിത്രത്തിൽനിന്ന് പുറത്തേക്ക് പോവുകയാണ് ചെയ്യുന്നത്. എന്നാൽ വലത്തെ ഹൃദയം അതിനു സന്നദ്ധമാകുന്നുവെങ്കിൽ തോക്കിനും വെടി യുണ്ടയ്ക്കുമിടയിലൂടെയാകും നിങ്ങൾ ചരിത്രത്തിലേക്ക് പ്രവേശിക്കുക. ചരിത്രത്തിനൊപ്പം കൂടുക എന്നത് അപകടകരമായ ഒരനുഭവമാണെന്ന് സൂസൻ സൊന്റാഗ് പറയുന്നുണ്ട്. വായനയ്ക്കിടയിൽ വെട്ടിവീഴ്ത്തപ്പെ ടുകയോ വെടിയേൽക്കുകയോ ആണ് ചെയ്യുന്നതെങ്കിൽ നിങ്ങൾ രക്ത സാക്ഷികളുടെ രക്തസാക്ഷിയായിത്തീരുമെന്നാണ് മരണത്തിന് മുൻപ് സാർത്ര് വിളിച്ചുപറഞ്ഞത്.

വായിക്കാനെടുക്കാത്ത പുസ്തകങ്ങൾ പൂജയ്ക്കെടുക്കാത്ത പൂക്ക ളെപ്പോലെയാണെന്ന് ഓഷോ പറയുന്നുണ്ട്. ജിദ്ദുവാകട്ടെ, പ്രശാന്തത നിറഞ്ഞ ഒരിടമായി പുസ്തകങ്ങളെ കാണുന്നു. സിമോൺ ദി ബുവ്വയ്ക്ക് പുസ്തകങ്ങൾ ആൺ സുഹൃത്തുക്കളായിരുന്നു. ജെയിംസ് ജോയ്സിന് പിതൃതുല്യമായ വാത്സല്യമായിരുന്നു പുസ്തകങ്ങളോടുണ്ടായിരുന്നത്. ദാരിയോ ഫോ പുസ്തകങ്ങളെ മണത്തുനോക്കിയായിരുന്നു തെരഞ്ഞെ ടുത്തിരുന്നത്. സ്റ്റാലിന് പുസ്തകങ്ങളോട് വെറുപ്പായിരുന്നു. ഹെമിങ്വേ പുസ്തകങ്ങൾക്കിടയിലായിരുന്നു തോക്ക് സൂക്ഷിച്ചു വച്ചിരുന്നത്. നെരൂദ പുസ്തകങ്ങളെ പ്രണയിനികളായാണ് കണ്ടിരുന്നത്. സിൽവിയാ പ്ലാത്ത് പുസ്തകങ്ങളില്ലാത്ത കാലത്തെക്കുറിച്ച് ദുഃസ്വപ്നങ്ങൾ കണ്ടിരുന്നു.

എന്റെ വായന എല്ലായ്പ്പോഴും ശിഥിലമായിരുന്നു. സ്വപ്നങ്ങൾ

പോലെ അതെപ്പോഴുമെന്നയൊരു കടൽപ്പാലത്തിലേക്ക് ക്ഷണി
ച്ചുകൊണ്ടുപോകുമായിരുന്നു. അനന്തമായ കാലംപോലെയാണ്
എനിക്ക് പുസ്തകങ്ങൾ അനുഭവപ്പെട്ടത്. അതിനൊരു കടൽപ്പ
ലത്തിന്റെ വശ്യസൗന്ദര്യമുണ്ടായിരുന്നു. രാമനാഥന്റെ രാഗവി
സ്താരംപോലെ അത് ത്രികാലങ്ങളിലേക്ക് ചിറകുവിടർത്തിയിരു
ന്നു. കുട്ടിക്കാലത്ത് *സ്നേഹസേനകൾ* കവർന്നുകൊണ്ടുപോയ
കടൽത്തിരകളെ ഞാനിപ്പോൾ ഓർമിക്കുന്നു. ആയിരം ചിറകുള്ള
കടൽക്കുതിരയെപ്പോലെയായിരുന്നു തിരകളെത്തിയത്. *സ്നേഹ*
സേനകൾക്കൊപ്പം കൂട്ടുകാരനെയുംകൂടി തിര കടലിലേക്ക് കൊ
ണ്ടുപോയി. കുറേക്കഴിഞ്ഞ് അവനെ മാത്രം കടൽ തിരകളുടെ
കൈവശം കരയിലേക്ക് കൊടുത്തുവിട്ടു. അവൻ തീരെ അവശ
നായിരുന്നു. അവശതകൾക്കിടയിലും അവൻ *സ്നേഹസേനകൾ*
അന്വേഷിക്കുന്നുണ്ടായിരുന്നു. അതു ഞങ്ങൾക്ക് രണ്ടുപേർക്കു
മായുണ്ടായിരുന്ന സമ്പാദ്യമായിരുന്നു.

വായനയിലെ ക്ലാസിക് അനുഭവങ്ങൾ എന്റെ വായനകളുടെ കടൽ
യാത്രകളാണ്. ഉണർന്നും ഉയർന്നും തളർന്നും പിൻവാങ്ങിയും
ഇണങ്ങിയും പിണങ്ങിയും താണ്ടിയ കടൽദൂരങ്ങൾ. *ചന്ദ്രിക വാരാ*
ന്തത്തിലാണ് ഈ വായനായാത്രകൾ പരമ്പരയായി പ്രത്യക്ഷപ്പെ
ട്ടത്. ശ്രീ. കുഞ്ഞിക്കണ്ണൻ വാണിമേലിന്റെ സ്നേഹനിർബന്ധമാ
യിരുന്നു ഇതിനു പിന്നിൽ. സമുദ്രത്തിൽ ഒഴുകി നടക്കുന്ന ദ്വീപു
കൾപോലെ ഇപ്പോഴും എന്റെ മുന്നിലൂടെ പുസ്തകങ്ങൾ ഒഴുകി
ക്കൊണ്ടിരിക്കുന്നു. അതെന്റെ സ്വപ്നവും അനുഭവവുമാണ്.

ഡോ. മുഞ്ഞിനാട് പത്മകുമാർ

1

വനചാരുതയാൽ ഒറ്റപ്പെട്ടുപോയ പൂമരം

ലൗ സോങ് ഓഫ് സാഫോ

സാഫോ

ആനന്ദാതിരേകത്തോളമെത്തുന്ന ഒരുന്മാദമായിരുന്നു സാഫോയ്ക്ക് പ്രണയം. പ്രണയിക്കുമ്പോൾ തന്റെ ഹൃദയം സമുദ്രമാകുന്നതായും ചുംബനങ്ങൾ ആഴങ്ങൾ തേടുന്നതായും അനുഭവപ്പെടാറുണ്ടായിരുന്നെന്ന് സാഫോ എഴുതി. രതിദേവതയായ അഫ്രോസൈറ്റിന് സമർപ്പിച്ച കവിതകളൊന്നിൽ സാഫോ എഴുതുന്നു:

'പ്രണയമേ
നിന്റെ അധരങ്ങളിൽ നിറഞ്ഞ
വീഞ്ഞ്
എന്റെ അധരങ്ങളിലേക്ക്
പകർന്നാലും
നിന്റെ ഹൃദയത്തിന്റെ തണുപ്പ്
എന്റെ വേനലിലേക്ക്
ചേർത്തുവച്ചാലും

നിന്റെ മാറിടങ്ങൾ തളിർത്ത പൂങ്കുലകളാൽ
അലങ്കരിച്ചു വച്ചിരിക്കുന്നതാരാണ്

അതിൽ നിന്നൊഴുകിയ മധു
ഞാൻ കോരിക്കുടിക്കട്ടെ.
പ്രണയമേ,
എന്നെ നഗ്നയാക്കുംമുമ്പ്
നിന്റെ വീഞ്ഞാൽ
എന്നെ നീ മയക്കിക്കിടത്തുക!'

ഹിമശരങ്ങളുടെ തീവ്രവേഗങ്ങൾപോലെയാണ് സാഫോയുടെ പ്രണയഗീതങ്ങൾ. അതു നമ്മുടെ ഹൃദയങ്ങളെ ആഴത്തിൽ മുറിവേൽപ്പിക്കുന്നു. എന്നാൽ അതിൽനിന്ന് ചോരപൊടിയുന്നില്ല. അത് നമ്മുടെ ലഹരിയെ ഉർവരമാക്കുകയും പ്രലോഭിപ്പിക്കുകയും ചെയ്യുന്നു. അത് നമ്മുടെ ആയുസിനെ പ്രണയത്തിനോട് ചേർത്തുവയ്ക്കുന്നു. വേദന എന്നൊന്ന് അറിയാനാകാത്തവിധം അത് നമ്മുടെ സിരകളെ ഉന്മത്തമാക്കുന്നു.

മാന്ത്രികസിദ്ധിയുള്ള ഒരു കടൽക്കുതിരയെപ്പോലെയായിരുന്നു സാഫോയുടെ സ്വപ്നങ്ങൾ. അതൊരു ഉത്സവകാലത്തിന്റെ കൊടിയടയാളമായിരുന്നു. ജീവിതത്തെ മദനോത്സവങ്ങൾകൊണ്ടും പാനോത്സവങ്ങൾകൊണ്ടും നിറയ്ക്കുകയായിരുന്നു സാഫോ. ഗ്രീസിലെ അനുരാഗികൾക്ക് പുതിയ തൂവലുകൾ സാഫോ ചാർത്തിക്കൊടുക്കാറുണ്ടായിരുന്നു. കലാപഠനത്തിനു വന്ന പെൺകുട്ടികളെ സാഫോ തന്റെ ഇണകളാക്കി. ശരീരം സുഭഗമായൊരു സംഗീതോപകരണമാണെന്ന് സാഫോ അവരുടെ ചെവികളിൽ മന്ത്രിച്ചുകൊണ്ടേയിരുന്നു. ശരീരത്തെ അവർ ഭൂമിയിലെ മികച്ചൊരു സംഗീതോപകരണമാക്കുകയാണ് ചെയ്തത്. സ്വവർഗാനുരാഗത്തിന്റെ സ്വരങ്ങൾ അവൾ വായിച്ചുകൊണ്ടേയിരുന്നു. അതിൽ നിറയെ നഖക്ഷതങ്ങളും അധരസിന്ദൂരവുമുണ്ടായിരുന്നു. ഭൂമിക്ക് മുകളിൽ പറക്കാൻ കൊതിക്കാത്ത ഒരു പക്ഷിയാണ് താനെന്നും പ്രണയിനികളുടെ ഹൃദയങ്ങളിലൂടെ പറക്കാനാണ് ഇഷ്ടമെന്നും സാഫോ എഴുതി. പ്ലേറ്റോ പറഞ്ഞതുപോലെ 'അവളൊരു കാവ്യദേവത മാത്രമല്ലായിരുന്നു. പ്രണയദാനത്താൽ സ്വർഗത്തിൽനിന്ന് പുറത്താക്കപ്പെട്ട കാമന കൂടിയായിരുന്നു.'

പോൾ റോച്ചെ പരിഭാഷപ്പെടുത്തിയ *സാഫോയുടെ പ്രണയഗീതങ്ങൾ* (*The love songs of Saffho*) വായിക്കുമ്പോഴെല്ലാം മനസ്സ് വല്ലാത്തൊരു ലഹരിയിൽ അലഞ്ഞുകൊണ്ടേയിരിക്കും. അത് ആനന്ദംപോലെ നമുക്ക് നിർവചിക്കാൻ കഴിയാത്തൊരു അനുഭവമാണ്. അതിന് ഭൂമിയുമായി പ്രത്യക്ഷത്തിൽ യാതൊരു ബന്ധവുമില്ല. 'ശരീരങ്ങൾ മീട്ടിപ്പാടുക' എന്നാണ് സാഫോ ഇത്തരമനുഭവത്തെ വിശേഷിപ്പിക്കുന്നത്. ഭൂമിയിലുള്ള എല്ലാ ആനന്ദങ്ങളെയുംകുറിച്ച് സാഫോ എഴുതിയിട്ടില്ല. എന്നാൽ അഗ്നിയെ അവൾ തന്റെ ശരീരംപോലെതന്നെ ആസക്തി നിറഞ്ഞ ഒന്നായിക്കാണുന്നു. അതിനെ ചുംബിച്ചെടുക്കാനും മാറിടത്തിലൊളിപ്പിച്ചുവെക്കാനും സാഫോയിലെ കവയിത്രി അഗാധമായി ആഗ്രഹിക്കുന്നു. മിന്നൽപ്പിണരുകളുടെ ക്ഷണിക സൗന്ദര്യത്തിൽ സാഫോ

വല്ലാതെ വികാരവതിയാകുന്നുണ്ട്. സൗന്ദര്യത്തിന്റെ നാവാണ് മിന്നൽപ്പി
ണരെന്നും ആ നാവിനാൽ തന്നെ കവർന്നെടുക്കുവെന്നുമാണ് സാഫോ
പാടുന്നത്. ഭൂമിയിലെ എല്ലാ പ്രണയികൾക്കുമായി സാഫോ നൽകിയ
പാരിതോഷികങ്ങളായിരുന്നു ഈ വരികൾ.

ബി സി ഏഴാം നൂറ്റാണ്ടിൽ ലെസ് ബോസ് ദ്വീപിലാണ് സാഫോ
ജനിച്ചത്. ആനന്ദകരമായൊരു കുട്ടിക്കാലമായിരുന്നു സാഫോയ്ക്കുണ്ടാ
യിരുന്നത്. യൗവനാരംഭത്തിൽത്തന്നെ ഗ്രീസ് മുഴുവൻ സഞ്ചരിക്കാൻ
സാഫോയ്ക്ക് കഴിഞ്ഞു. ജീവിതത്തെ അതിസാഹസികമായോ അതി
കാൽപ്പനികമായോ ചിത്രീകരിക്കുന്നതിൽ സൗന്ദര്യമൊന്നുമില്ലെന്നും
അത് ബോധപൂർവം ആനന്ദത്തെ മൂടിവയ്ക്കലാണെന്നും ഗ്രീസ് യാത്രാ
നുഭവങ്ങളിൽനിന്ന് സാഫോ തിരിച്ചറിഞ്ഞു. സാഫോയിലെ കവയിത്രി
യുടെ ആദ്യത്തെ സൗന്ദര്യനിഷേധമായിരുന്നു അത്. ഇതിഹാസങ്ങളുടെ
നേർക്ക് സാഫോ വിശുദ്ധമായ യുദ്ധം പ്രഖ്യാപിച്ചു. ഹോമറിന്റെ മഹ
ത്തായ പാരമ്പര്യത്തെ അനുഭവിച്ചുകൊണ്ടുതന്നെ അത് നിഷേധിക്കു
വാൻ സാഫോ തയാറായി. യുദ്ധത്തിന്റെയും നാശത്തിന്റെയും ഉയിർപ്പി
ന്റെയും ഗാഥകൾ ഒന്നും അവശേഷിപ്പിച്ചില്ലെന്നും മനുഷ്യമനസുകളി
ലൂടെ ഒഴുകിപ്പരന്ന വികാരങ്ങൾ മാത്രമാണ് നിലനിൽക്കുന്നതെന്നും
സാഫോ തുറന്നെഴുതി. ഇത്തരമൊരു തിരിച്ചറിവിന്റെയും തുറന്നുപറച്ചി
ലിന്റെയും ആനന്ദത്തിൽനിന്നാണ് സാഫോ പ്രണയഗീതങ്ങളിലേക്ക് കട
ക്കുന്നത്. സാഫോ പാടുന്നു:

'ഞാൻപ്രണയിക്കുന്നു
എന്റെ ആഴങ്ങളോട്
എന്റെ ശരീരം പോലെ മറ്റൊന്നിനോട്
വിരൽ തൊടുമ്പോൾ
പാടുന്നതും നിശ്ശബ്ദമാകുന്നതും കയർക്കുന്നതും
ആനന്ദിക്കുന്നതും
ഞാൻ രുചിച്ചു നോക്കാറുണ്ട്!'

ജീവിതത്തിന്റെ സുന്ദരമുഹൂർത്തങ്ങളെയെല്ലാം ശരീരവുമായി
ബന്ധപ്പെടുത്തിയാണ് സാഫോ നിർവചിക്കുന്നത്. സ്ത്രീയെ സൗന്ദര്യ
മായും സ്നേഹമായും സാഫോ അടയാളപ്പെടുത്തുന്നു. ഒരു ചെറുതെ
ന്നലിൽ കോരിത്തരിക്കുന്ന ഓക്കുമരത്തിന്റെ ഇലകൾപോലെയാണ്
സ്ത്രീകളെന്ന് സാഫോ എഴുതിയിട്ടുണ്ട്. പ്രണയഗീതങ്ങളിലെ ഒറ്റയൊറ്റ
കവിതകൾ പുഷ്പിണികളായി നിൽക്കുന്നത് കാണുമ്പോൾ അവരെത്ര
മാത്രം പ്രണയദാഹികളാണെന്ന് നമുക്ക് അനുമാനിക്കാനാകും. പ്രണ
യത്തിനുവേണ്ടിയുള്ള കാത്തിരിപ്പും ദാഹവും പല പ്രണയഗീതങ്ങളു
ടെയും പ്രധാന കാവ്യവിഷയങ്ങളാണ്. ചില ഗീതങ്ങളിൽ സാഫോയിലെ
കവയിത്രി ഒരു പ്രവാചകയെപ്പോലെ പ്രത്യക്ഷപ്പെടുന്നത് കാണാം. മറ്റു
ചിലപ്പോൾ പ്രണയിനികളെ സാഫോ ഒരരങ്ങിന്റെ സൗന്ദര്യത്തിലേക്ക്
ക്ഷണിക്കുന്നത് കാണാം. നാം നോക്കിനിൽക്കെ രാവിന്റെ മധുചഷക

ങ്ങൾ ഒന്നൊന്നായി ഉടഞ്ഞു വീഴുമ്പോൾ അവളൊരു തീനാളമായി മാറു ന്നത് കാണാം.

അലങ്കാരങ്ങളൊന്നുമില്ലാത്തൊരു നിഗൂഢത സാഫോയുടെ മിക്ക കവിതകളിലുമുണ്ട്. സാഫോയുടെ നിഗൂഢതയ്ക്ക് ഒരു ഗുഹാമുഖ ത്തിന്റെ അനാകർഷകതയില്ല. അത് വനചാരുതയിൽ ഒറ്റപ്പെട്ടു പോയൊരു പൂമരമാണ്. പക്ഷേ നമുക്കതിന്റെ ഭംഗിയും ഗന്ധവും രുചിയും അത്രപെട്ടന്ന് ആസ്വദിക്കാനാവില്ല. അതൊരു സങ്കൽപ്പം മാത്ര മാണെന്ന് വിശ്വസിക്കാനും നമുക്കാവില്ല. എന്നാൽ അതൊരു ഹൃദ്യമായ മുന്നറിയിപ്പാണ്. ആന്തര വിശുദ്ധി കലർന്നൊരു അന്വേഷണത്തിന്റെ സമ രാരംഭമാണത്. സാഫോ പാടുന്നു.

'ചിറകുമുളയ്ക്കും മുമ്പ്
ഞാനൊരു പുഴുവായിരുന്നു
ചിറകുമുളച്ചു തുടങ്ങിയപ്പോൾ
ഞാനൊരു സ്ത്രീയായിരുന്നു
ചിറകുമുളച്ച് തീർന്നപ്പോൾ
ഞാൻ പറന്നുപൊയ്ക്കഴിഞ്ഞിരുന്നു.'

അഫ്രോഡൈറ്റിന്റെയും ഹെലന്റെയും പിൻഗാമിയായിരുന്നു സാഫോ. അഫ്രോഡൈറ്റിന്റെ ആസക്തികളും ഹെലന്റെ സൗന്ദര്യവും സാഫോയെ ഒരുപോലെ അനുഗ്രഹിച്ചു. സാഫോയുടെ 'സ്ത്രീ' സൗന്ദ ര്യത്തിന്റെ മറ്റൊരു പേരാണ്. പ്രണയദാനത്തോടെ അവൾ അവളെ തൊടു മ്പോഴും ആസ്വദിക്കുമ്പോഴും ആ സൗന്ദര്യലഹരി നാം ആസ്വദിക്കുന്നുണ്ട്. ഇരിക്കുന്തോറും വീര്യമേറിക്കൊണ്ടിരിക്കുന്ന വീഞ്ഞുപോലെയാണ് സാഫോയുടെ പ്രണയ ഗീതങ്ങൾ. പോൾ റോറിച്ചിന്റെ പരിഭാഷയും ഗീതങ്ങൾക്കൊപ്പം ചേർത്തിരിക്കുന്ന രേഖാചിത്രങ്ങളും നമുക്കെപ്പോഴും ലഹരി പകർന്നുകൊണ്ടേയിരിക്കും.

The love songs of sappho Transilated by Poul Roche
Promethews books, newyork.

2

പ്രപഞ്ച വായനയുടെ ആഴങ്ങളിൽ
വിക്ടർ ഹ്യൂഗോവിന്റെ തെരഞ്ഞെടുത്ത കവിതകൾ

വിക്ടർ ഹ്യൂഗോ

ഒരു കവി അനുഭവിക്കുക എന്നാൽ അജ്ഞാതമായ ഒരു സമുദ്രത്തിലേക്ക് തോണി തുഴയുക എന്നാണർഥമെന്ന് ടി എസ് എലിയറ്റ് എസ്രാപൗ ണ്ടിന്റെ കവിതകളിലൂടെ നട ത്തിയ യാത്രയ്ക്കിടയിൽ പറ യുന്നുണ്ട്. എലിയറ്റിന്റെ കാ വ്യനിർവചനത്തെ ഇതിലും ലളിതമായി നമുക്ക് വ്യാഖ്യാ നിക്കുവാനാകില്ല. കാരണം, കാലനിർമിതിയുമായി ബന്ധ പ്പെട്ട ഒരു താത്വിക വിഷയമാ ണത്. ജീവിതത്തെ അമർത്തി ചുംബിക്കുംപോലെ അല്ലെ ങ്കിൽ നിശ്ശബ്ദതയെ അതിന്റെ ആഴങ്ങളിലേക്ക് ചെന്ന് കോരി ക്കുടിക്കും പോലെ ആനന്ദാതി രേകത്തോളമെത്തുന്ന ഒരനു ഭവമാണത്. ഇതേ അനുഭവം ആംറിഷബ്രോൽ (Henri chabrol) എന്ന വിമർശകൻ വിക്ടർ ഹ്യൂഗോ യുടെ കവിതകളെക്കുറിച്ചുള്ള പഠനങ്ങളിൽ പങ്കു വയ്ക്കുന്നുണ്ട്. കവി തയെ കാലം, ചരിത്രം, എന്നിങ്ങനെ അടയാളപ്പെടുത്തി പഠിക്കാതെ ജീവി

തത്തിന്റെ സൗന്ദര്യശാസ്ത്രപരമായ അനുഭവങ്ങളിലേക്കും ദാർശനിക തയുടെ വിപുലമായ സാധ്യതകളിലേക്കും ചേർത്തുവച്ചാണ് ആംറിഷ ബ്രോൽ തന്റെ വിമർശന പദ്ധതി തയാറാക്കുന്നത്. ആംറിഷബ്രോലിന്റെ ചിന്താസ്വാതന്ത്ര്യം ആസ്വാദനത്തിന്റെ പുതിയ വാഗ്ദത്ത ഭൂമികളിലേ ക്കുള്ള ഹൃദ്യമായ ക്ഷണങ്ങളായിരുന്നു. വിക്ടർ ഹ്യൂഗോയിലെ മനു ഷ്യനെയും കവിയെയും ആഴത്തിൽ പഠിക്കുന്നതിലൂടെ സ്വാതന്ത്ര്യ ത്തിന്റെ പുതിയ വൻകരകളെ നമുക്ക് കാട്ടിത്തരികയാണ് ആംറിഷ ബ്രോൽ. ഇത് ഹ്യൂഗോയിലെ കവിയുടെ അന്തർസംഘർഷങ്ങളിലേക്കും സ്വപ്നാനുഭവങ്ങളിലേക്കും തുറക്കപ്പെടുന്ന ഒരു വഴിയാണ്. കവിത കാല ത്തിന്റെയും ചരിത്രത്തിന്റെയും തീപ്പന്തങ്ങളാകണമെന്ന് ശഠിക്കുന്നതു പോലെ തന്നെ പ്രസക്തിയേറിയ ഒന്നാണ് അത് ആത്മാന്വേഷണത്തി ലേക്ക് കൂടി ലക്ഷ്യംവയ്ക്കേണ്ടതാണെന്ന ചിന്ത. ഇവിടെ കാവ്യം സംസ്കാരത്തിന്റെ അടയാള വാക്യമായി മാറുന്നു. ഹ്യൂഗോയുടെ കവി തകൾ മുന്നോട്ട് വയ്ക്കുന്ന ദർശനം ഇത്തരമൊരനുഭവത്തിന്റെ ആഴ ക്കാഴ്ചയാണ്.

ഫ്രാൻസിലെ ബെസാംസോൺ (Besancon) നഗരത്തിൽ ജനിച്ച വിക്ടർ ഹ്യൂഗോയിൽ കുട്ടിക്കാലം മുതൽക്കേ സർഗവാസന പ്രകടമാ യിരുന്നു. പതിനാലാംവയസിൽ ലത്തീൻ ഭാഷയിൽനിന്ന് വെർജിലിന്റെ കാവ്യനാടകം പദ്യഭാഷയിലേക്ക് പരിഭാഷപ്പെടുത്തിക്കൊണ്ടാണ് ഹ്യൂഗോ തന്റെ പ്രതിഭയുടെ ഐതിഹാസിക യാത്ര സമാരംഭിക്കുന്നത്. ഇരുപതാം വയസിൽ (1822) ആദ്യ കവിതാസമാഹാരം ഹ്യൂഗോ പ്രസിദ്ധപ്പെടുത്തി. കളിക്കൂട്ടുകാരിയും പ്രണയിനിയുമായിരുന്ന അദേൽ ഫൂഷേക്കാണ് ഹ്യൂഗോ തന്റെ കാവ്യസമാഹാരം സമർപ്പിച്ചത്. ജീവിതയാത്രയ്ക്കിടയിൽ എണ്ണിത്തീർക്കാനാകാത്ത ദുരന്തമുഹൂർത്തങ്ങളെ ഹ്യൂഗോയ്ക്ക് പിൽക്കാലത്ത് നേരിടേണ്ടിവന്നിട്ടുണ്ട്. മാതാപിതാക്കളുടെ വഴിപിരിയൽ, അമ്മയുടെ മരണം, കാമുകിയും പിന്നീട് ഭാര്യയുമായ അദേലിന്റെ രഹസ്യ പ്രണയം, മൂത്തമകൾ ലെയോപൊൽദീന്റെ ദാരുണമായ മര ണം, ഇളയ മകളുടെ ചിത്തഭ്രമം, വിദേശവാസം— ഇതെല്ലാം ഹ്യൂഗോയെ കടുത്ത മാനസിക സംഘർഷത്തിലേക്ക് നയിച്ചു. അസ്വസ്ഥതകളിൽനിന്ന് സ്വസ്ഥതകളിലേക്ക് ഒഴുകിയ ജീവിതം എന്നാണ് സമകാലികർ ഹ്യൂഗോ യെ വിശേഷിപ്പിച്ചിട്ടുള്ളത്. 1856 ൽ പ്രസിദ്ധം ചെയ്ത *നൂറ്റാണ്ടുകളുടെ ഇതിഹാസത്തിന്റെ* ആമുഖത്തിൽ ദുഃഖങ്ങളിൽനിന്നുള്ള വിശുദ്ധമായ രക്ഷപ്പെടലിനെക്കുറിച്ച് ഹ്യൂഗോ എഴുതിയിട്ടുണ്ട്. "ദൈവം എന്നെ പരീ ക്ഷിക്കുകയായിരുന്നു. പരീക്ഷണത്തിൽ ഞാൻ വിജയിച്ചു എന്നു മാത്ര മല്ല, ദൈവം എന്നെ അഭിനന്ദിക്കുക കൂടി ചെയ്തു"വെന്ന് ഹ്യൂഗോ എഴുതി.

ദുഃഖങ്ങളെ ദുഃഖങ്ങൾക്കുള്ള ഔഷധങ്ങളാക്കി മാറ്റുകയായിരുന്നു കവിതകളിലൂടെ ഹ്യൂഗോ. വാക്കുകളോട് അദ്ദേഹത്തിനുണ്ടായിരുന്ന പ്രണയം ദൈവത്തിനോടുള്ള പ്രണയം പോലെ വിശുദ്ധമായിരുന്നു.

അമേരിക്കയിലെ ചിക്കാഗോ യൂണിവേഴ്സിറ്റി പ്രസ് പ്രസിദ്ധപ്പെടുത്തിയ *വിക്ടർ ഹ്യൂഗോയുടെ തിരഞ്ഞെടുത്ത കവിതകളിലൂടെ (Selected Poems of Victor Hugo)* കടന്നുപോകുമ്പോൾ അനശ്വരമായ സ്നേഹത്തിന്റെ ആത്മാന്വേഷണങ്ങൾ നമുക്ക് മുന്നിൽ പ്രാർഥനാ നിമഗ്നമാകുന്നത് കാണാം. ഒരു കവിതയിൽ ഹ്യൂഗോ എഴുതിയിട്ടുള്ളതുപോലെ "വാക്കുകൾ ചിലപ്പോളൊരു നൃത്തത്തിനാകും കവിയെ വേദിയിലേക്ക് ക്ഷണിക്കുക. മറ്റു ചിലപ്പോൾ പ്രാർഥിക്കാനും." നൃത്തം ചെയ്യുന്ന വാക്കുകളിൽ പോലും പ്രാർഥനകളിലേക്ക് ഒഴുകിയെത്തുന്നൊരു ആത്മാനന്ദമുണ്ട്. കവിത ഹ്യൂഗോയെ സംബന്ധിച്ചിടത്തോളം സ്വസ്ഥതയും അസ്വസ്ഥതയുമായിരുന്നു. രോഗവും ശുശ്രൂഷയുമായിരുന്നു. ഇതുകൊണ്ടുതന്നെയാകണം എന്നെ കവിയെന്നു മാത്രം ഉറക്കെ വിളിക്കുക എന്നു ഹ്യൂഗോ എല്ലാവരേയും ഓർമപ്പെടുത്തിക്കൊണ്ടിരുന്നത്.

ജീവിതത്തിന്റെ പരുക്കൻ ഭൂമിയിലേക്ക് കവിതയുമായി ഇറങ്ങുന്നതിന് വളരെ മുൻപുതന്നെ ഏകാന്തതയുടെ കടുത്ത ശാസനകൾക്ക് നടുവിൽ ഒറ്റപ്പെട്ടുപോയ ഒരു ബാല്യമായിരുന്നു ഹ്യൂഗോക്കുണ്ടായിരുന്നത്. നിശ്ശബ്ദതയെക്കുറിച്ചുള്ള ഒരു കവിതയിൽ കാലത്തിന്റെ പരിക്കുകളേറ്റ് തളർന്നുകിടക്കുന്ന ഒരു കുട്ടിയുടെ ജീവിതത്തെ ഹ്യൂഗോ അവതരിപ്പിക്കുന്നുണ്ട്.

ആ കുട്ടിക്ക് ഒരു പൂമ്പാറ്റയുടെ മുഖമാണ്. അതിന്റെ ചിറകുകൾ അനാകർഷകങ്ങളായിരുന്നു. അതിടയ്ക്കിടെ പരുക്കൻ കല്ലുകളിൽ പിടിച്ച് പറക്കാൻ ശ്രമിക്കുന്നുണ്ടായിരുന്നു. പക്ഷേ, ശ്യാമമേഘങ്ങൾ ഒന്നൊന്നായി പെയ്തിറങ്ങുകയും അതിനെയൊരു നദിയിലേക്ക് ഒഴുകിക്കൊണ്ടുപോവുകയും ചെയ്തു.

ഹ്യൂഗോയുടെ കവിതകളിൽ ആവർത്തിച്ചുവരുന്ന ഒരനുഭവമാണ് കുഞ്ഞുങ്ങൾ.

'വരിക നിങ്ങൾ തിരികെവരികയെ-
ന്നിരുളകറ്റുവാ, നെന്റെ സിരകളിൽ
നവനവോന്മേഷച്ചെഞ്ചാറൊഴുക്കുവാൻ
വരിക നിങ്ങളെൻ പൊന്നോമനകളെ
അരുളുകെന്റെ കവിതയ്ക്ക് ജീവനം.'

(വിവർത്തനം – മംഗലാട്ട് രാഘവൻ)

കുഞ്ഞുങ്ങളെ തേടുമ്പോഴെല്ലാം ഹ്യൂഗോയിലെ കവിയും പിതാവും തിരയുന്നത് അകാലത്തിൽ പൊലിഞ്ഞുപോയ തന്റെ മകളെ (ലെയോ പൊൽദീൻ) തന്നെയാണ്. അവൾക്ക് ഒരു പൂമ്പാറ്റച്ചിറകുണ്ടായിരുന്നുവെന്നും എന്റെ ഓർമകൾക്ക് മുകളിൽ അവളിപ്പോഴും വന്നിരിക്കാറുണ്ടായിരുന്നുവെന്നും എന്റെ സ്വപ്നോദ്യാനം ഞാനവൾക്കുവേണ്ടി ഒരുക്കി വെച്ചതാണെന്നും ഹ്യൂഗോ എഴുതുമ്പോൾ കാൽപ്പനികവേദിയിലെ

ഏറ്റവും ദുഃഖസാന്ദ്രമായ വരികൾ നമ്മുടെ ഹൃദയത്തെ സ്പർശിക്കുക തന്നെ ചെയ്യും. കവിതയിലെ ആന്തരിക സംഗീതം ശോകമാണെന്നും അതിന്റെ ലഹരിയിൽ ഞാൻ വീണ്ടും വീണ്ടും പാടിപ്പോകുന്നുവെന്നും കവിതകളിലൊരിടത്ത് ഹ്യൂഗോ എഴുതിയിട്ടുണ്ട്. 'സ്മരണ'കളെക്കുറി ച്ചുള്ള ഒരു കവിതയിൽ ഹ്യൂഗോ പാടുന്നു:

'അനശ്വരമായത് എന്താണ്?

ഒരു കണ്ണീർക്കണം

ഒരു വിലാപം

ഒരു ശവകുടീരം

അനശ്വരമായത് എന്താണ്

ശൂന്യത

അത്രമാത്രം.'

പ്രത്യക്ഷത്തിൽ ഹ്യൂഗോ കവിതകൾക്ക് ദാർശനികമായൊരു തല മില്ല. ദാർശനികത ഒരലങ്കാരമോ ഭംഗിയോ ആണെന്ന വിശ്വാസക്കാരനു മായിരുന്നില്ല ഹ്യൂഗോ. പക്ഷേ കവിതയുടെ പുനർവായനകളിൽ ദാർശ നിക സൗന്ദര്യത്തിന്റെ അകംപൊരുൾ നമുക്ക് അനുഭവപ്പെടുക തന്നെ ചെയ്യും. ആംറിഷബ്രോൽ പറയുംപോലെ,

"ആത്മാവിലേക്ക് തിരിയുന്നൊരൊഴുക്കാണത്." അതിലൊഴുകിപ്പോ കുമ്പോൾ നമുക്കൊന്നും ആലോചിക്കേണ്ടതായി വരുന്നില്ല. പക്ഷേ എല്ലാം വിലയംകൊള്ളുന്ന സമുദ്രത്തിന് ഒരു ദർശനമുള്ളതുപോലെ ആത്മാവിനും ഒരു ദർശനമുണ്ട്. ഹ്യൂഗോയുടെ കവിതകൾ സമാരംഭി ക്കുന്നതും ഒഴുകിയെത്തുന്നതും ഒരേ പ്രഭവകേന്ദ്രത്തിൽ തന്നെയാണ്. എന്നാൽ കാൽപ്പനികതയുടെ ഒരു കുഞ്ഞൊഴുക്കോ വികാരങ്ങളുടെ അനി യന്ത്രിതമായ ഒഴുകിപ്പരക്കലോ അല്ല ഹ്യൂഗോയുടെ കവിതകൾ. ജീവി തത്തിന്റെ പ്രക്ഷുബ്ധതയും ചാരുതയും അതിനുണ്ട്. അത് ജീവിത ത്തിന്റെ സൗന്ദര്യാനുഭവങ്ങളെക്കുറിച്ച് മാത്രമല്ല പാടുന്നത്. പ്രകൃത്യോ പാസനയുടെ ആഴങ്ങളോളം തന്നെ ആ കവിതകൾ ഒഴുകിയെത്തുന്നു ണ്ട്. മറ്റു ചില കവിതകളിൽ കവിയുടെ തന്നെ ആർജിത വ്യക്തിത്വത്തിന്റെ അടയാളങ്ങൾ തെളിഞ്ഞു കിടക്കുന്നത് കാണാം. *ഓറിയന്റാലിയ* (1829) എന്ന കാവ്യസമാഹാരത്തിലെ പ്രധാന കവിതകളെല്ലാം മേൽപ്പറഞ്ഞ അനുഭവങ്ങളുടെ പതാകകൾ വഹിക്കുന്നുണ്ട്. 'മഹത്തായ കവിത മഹ ത്തായ ദുഃഖത്തിന്റെ ഒഴുക്കാണെ'ന്ന് ഹ്യൂഗോ ഓർമപ്പെടുത്തുമ്പോൾ അത് ഹ്യൂഗോയുടെ മാത്രം കാവ്യ നിർവചനമല്ലെന്നും അത് കാലത്തിന്റെ കാവ്യനിർവചനമാണെന്നും നമുക്ക് തിരിച്ചറിയാനാകുന്നുണ്ട്.

ഉദാത്തമായ ക്രൈസ്തവ വീക്ഷണങ്ങൾ ആദ്യം മുതൽക്കേ ഹ്യൂഗോയുടെ കവിതകളിൽ സ്ഥാനം പിടിച്ചിട്ടുണ്ട്. *ശരത്കാലത്തിലെ ഇലകൾ, സാന്ധ്യഗീതങ്ങൾ* എന്നീ സമാഹത്തിലെ കവിതകളിലധികവും ഇത്തരമൊരനുഭവത്തിന്റെ ബൃഹദ് ദർശനങ്ങളാണ്. എല്ലാ ശക്തി കൾക്കും അതീതമായി നിൽക്കുന്ന ശക്തിയെ സ്വന്തം ജീവിതം കൊണ്ടാ

ണ് ഹ്യൂഗോ വാഴ്ത്തുന്നത്. ഹ്യൂഗോയിലെ കവി അവിടെയെല്ലാം മധ്യ സ്ഥനാണ്. ക്രിസ്തുവിനും കവിക്കുമിടയിലെ ശൂന്യതയെ കവിത കൾകൊണ്ട് ഹ്യൂഗോ പൂരിപ്പിക്കുന്നു. അതോടെ സമുദ്രസമമായ മനസ്സ് സുശാന്തമാകുന്നു. "ജ്ഞാനത്തിന്റെ കൊമ്പുകൾ ഒടിച്ചുകളഞ്ഞ് മഹ ത്തായ വിശ്വാസത്തിന്റെ കൂടാരത്തിലേക്ക് മനസ്സ് കയറിപ്പോകുന്നു. ഓർമ കളെ തിരമാലകൾ തീരത്തേക്ക് മടക്കിക്കൊണ്ടുവരുന്നു. പ്രശാന്തമായ സദസിൽ നിറയെ നക്ഷത്രങ്ങൾ. അത് ഭൂമിയെ നോക്കി പാടിക്കൊണ്ടേ യിരിക്കുന്നു." (ദർശനം)

ഹ്യൂഗോയുടെ കവിത ഭൗതിക തൃഷ്ണകൾ വിട്ട് ആത്മാവിലേക്ക് ഒഴുകിപ്പരക്കുന്നു അത് അത്മാന്വേഷണത്തിലേക്ക് മിഴിനീട്ടുന്നൊരു സൗന്ദര്യലഹരിയാണ്. ഹ്യൂഗോ പാടുന്നു:

'നഷ്ടപ്പെട്ടതിനെ തിരഞ്ഞു നടക്കുമ്പോൾ
ഇതാ ഒരുതുള്ളി വെളിച്ചം.
പനിനീർപ്പൂവുകളിലാകെ
നീല നിറം.
ശിഖരങ്ങളിലാകെ നീല നിറം
ദേവാങ്കണങ്ങളിൽനിന്ന്
ഒഴുകിയെത്തിയ കൃപാകിരണമേ
മണ്ണടിഞ്ഞ
ഓർമകൾക്ക് മേൽ പെയ്തിറങ്ങൂ.'

ഒരു കവിയുടെ ജീവിതത്തെ അളന്നെടുക്കാനാവില്ലെന്ന് ബോദ്ല യർ എഴുതുന്നു. വിക്ടർ ഹ്യൂഗോയുടെ എഴുതപ്പെടാത്ത ആത്മകഥാ കാവ്യമാണ് ഈ സമാഹാരത്തിലെ കവിതകൾ. ഒരൊറ്റ വായനകൊണ്ട് നമുക്കിതിനെ അളന്നെടുക്കുവാനാകില്ല. പി കുഞ്ഞിരാമൻ നായർ എഴു തിയിട്ടുള്ളതുപോലെ അതൊരു പ്രപഞ്ച വായനയാണ്. വായിക്കുംതോറും ആഴവും പരപ്പും കൂടിക്കൂടി വരുന്ന കാവ്യപ്രപഞ്ചം.

Selected poems of Victor hugo
Translilated by E H and Black More
University of Chicago Press- USA.

3

മിന്നൽപ്പിണരും നക്ഷത്രങ്ങളും
അഡോണിസ് ദി പേജ് ഓഫ് ഡെ ആന്റ് നൈറ്റ്

അഡോണിസ്

പനിനീർപ്പൂക്കളേ
നിങ്ങളെ
ഗിറ്റാർവായിക്കാൻ പഠിപ്പിച്ച
താരാണ്?
പുരാതനമായ ഈ മൺചുവ
രിൽ
സുഗന്ധമൊളിപ്പിച്ചുവച്ചതാ
രാണ്.
മേഘജാലകങ്ങൾ തുറന്ന്
ഭൂമിയിലേക്ക് ഒഴുകിയെത്തുന്ന
തൂവലുകൾ
ആരാണ് കൊരുത്ത് വയ്ക്കു
ന്നത്.

അഡോണിസ്

ഭൂമിയുടെ ദയാഹൃദയ
ത്തിൽ നിന്നൊഴുകുന്നത്
രക്തമല്ല; സുഗന്ധമാണ്.
ഞാനാ മനുഷ്യഗന്ധം കോരി
ക്കുടിക്കുന്നു. എനിക്ക് മതിവ
രുന്നില്ല. എന്റെ ദാഹത്തിന് ആഴങ്ങൾ രൂപപ്പെടുംപോലെ. അതെന്നെ
നിശ്ശബ്ദതയിലേക്ക് വീണ്ടും ക്ഷണിക്കുന്നു. അഡോണിസിന്റെ വാക്കുക
ളിലാകെ ഋതുക്കളുടെ നിറച്ചാർത്ത്. ജീവിതത്തെ കാൽപ്പനിക ഭംഗിനി
റഞ്ഞ പളുങ്കുശിൽപ്പമായും മരണത്തെ നിശ്ശബ്ദമായൊരു നീലത്തടാക

മായും കിനാവ് കാണുന്ന ഒരു കവിയുടെ വിശുദ്ധനിമിഷങ്ങൾക്ക് വേണ്ടി കാത്തിരിക്കുന്നവരുടെ എണ്ണം ലോകമെമ്പാടും കൂടിക്കൂടി വരുകയാണ്.

അഡോണിസിന്റെ കവിത നക്ഷത്രാലംകൃതമായ ആകാശത്തെയാണ് ഓർമിപ്പിക്കുന്നത്. അവിടെ ഒഴുകിനടക്കുന്ന മേഘങ്ങളും മേഘങ്ങൾക്കിടയിൽ ഒളിച്ചിരിക്കുന്ന മിന്നൽപ്പിണരുകളും മഴയുടെ മയൂര നൃത്തങ്ങളും ഇളം തെന്നലിന്റെ ചുംബനങ്ങളും ഒന്നൊന്നായി കവി അനുഭവിച്ചറിയുന്നു. മതപരമായ വിലക്കുകൾക്കും അസ്വാതന്ത്ര്യത്തിന്റെ ഇടർച്ചകൾക്കുമിടയിലിരുന്നുകൊണ്ട് ആകാശം കാണുന്നവരെ ഓർത്ത് ഞാനിപ്പോഴും വിലപിക്കാറുണ്ടെന്ന് ഒരിക്കൽ അഡോണിസ് എഴുതി. പ്രാകൃതമായ അറബ് സംസ്കാരത്തിന്റെയും കുലീനമായ കാവ്യാനുഭവത്തിന്റെയും പ്രചാരകനാകുന്നതിനു മുമ്പേ അഡോണിസിന് മണലാണ്യത്തിന്റെ പരീക്ഷണഘട്ടങ്ങളെ മറികടക്കേണ്ടതായി വന്നിട്ടുണ്ട്. 'ശിക്ഷകളിൽ നിന്ന് രക്ഷയിലേക്കും അവിടെനിന്ന് വീണ്ടും ശിക്ഷകളിലേക്കും ഒഴുകിപ്പോകുമ്പോൾ എന്റെ ഹൃദയം നിലച്ചിരുന്നില്ല എന്നും അതിപ്പോഴും ചുട്ടുപഴുത്ത മണലാരണ്യത്തിൽ മുന്തിരിവള്ളികൾ പടർത്തി മറ്റൊരാകാശം സൃഷ്ടിക്കുന്നുവെന്നും' അഡോണിസ് പിൽക്കാലത്ത് എഴുതി.

അഡോണിസിന്റെ കാവ്യപുസ്തകം പകലിന്റെയും രാത്രിയുടെയും *താളുകൾ (The pages of day and night)* വായിക്കുമ്പോൾ ഒരു വാഗ്ദത്ത ഭൂമിയെക്കുറിച്ച് നാം ഓർമിച്ചു പോകുന്നതിൽ ഒരത്ഭുതവുമില്ല. അതു നമ്മുടെ മാത്രം സ്വാർഥതയും സ്വപ്നവുമാണ്. എന്നാൽ കവി അത്തരമൊരു സ്വർഗം നമുക്കിടയിൽ നിർമിക്കാനുദ്ദേശിക്കുന്നില്ല. കാരണം ദൈവം അത്തരമൊന്ന് ഹൃദയാകൃതിയിൽ നമുക്കുള്ളിൽ നിർമിച്ചു കഴിഞ്ഞു എന്നാണ് കവി പറയുന്നത്. "നിങ്ങൾ നിങ്ങളുടെ ഹൃദയത്തെ ചുംബിക്കുക. അതിൽ നിന്ന് സ്നേഹത്തിന്റെ പരിമള പ്രവാഹമുണരും. അതിനു ഇരുകരയിലുമാണ് സ്വർഗം." അഡോണിസ് പാടുമ്പോൾ നമുക്കതിൽ അത്ര പെട്ടെന്ന് ഒഴുകിപ്പോകാനാവില്ല. കാരണം ഹൃദയം നമുക്ക് പകയും വിദ്വേഷവും തിന്മയും നിറച്ചു വെക്കാനുള്ള ഒരിടമാണ്. അതിൽ മറ്റൊന്നിനും സ്ഥാനമില്ല. പക്ഷേ, നമുക്ക് വേണ്ടിയാണ് അഡോണിസ് ഇന്നും പാടുന്നത്. *പകലിന്റെയും രാവിന്റെയും താളുകളിലെഴുതിയ കവി*തകൾ നമ്മുടെ ഹൃദയങ്ങളെ അമർത്തി ചുംബിക്കുന്നു. സ്വശുദ്ധിയിലൂടെ പരശുദ്ധിയിലേക്ക് കടക്കാനാകുമെന്ന് കവിതകളിലൂടെ അഡോണിസ് ഓർമപ്പെടുത്തുന്നു. അഡോണിസിന്റെ ഓർമപ്പെടുത്തൽ പോലും അനശ്വരമായൊരു സംഗീതമാണ്. മേഘങ്ങളിൽ നിന്നൂർന്ന് ഭൂമിയിലേക്ക് ഒഴുകിവരുന്ന ധ്യാനത്തിന്റെ ആനന്ദലഹരിയാണത്.

സങ്കീർണമായ അനവധി ചോദ്യങ്ങളുടെ നടുവിൽ നിന്നുകൊണ്ടാണ് അഡോണിസ് എഴുതുന്നത്. പകലിന്റെയും രാവിന്റെയും വചനങ്ങളിലൂടെ നഗ്നമായ ലോകത്തിന്റെ അതിരുകളെ കവി നമുക്ക് കാട്ടിത്തരുന്നു. അത് ആകർഷകമായ ചുവരുകൾക്കുള്ളിൽ സുരക്ഷിതമാണെങ്കിലും അസ്വസ്ഥതയുടെയും അസ്വാതന്ത്ര്യത്തിന്റെയും വിതുമ്പലുകൾ

അവിടെ തളംകെട്ടിക്കിടക്കുന്നു. സമാഹാരത്തിലെ 'ന്യൂയോർക്ക് നഗര ത്തിന്റെ ശവസംസ്കാരം' എന്ന കവിത വിഴുപ്പു നിറഞ്ഞ അമേരിക്കൻ നാഗരികതയിലേക്കും നിയോലിബറലിസത്തിന്റെ ജീർണതകളിലേക്കും ലക്ഷ്യംവക്കുന്നു. കവിതയിലെ 'ന്യൂയോർക്ക്' ഒരു സ്ത്രീയാണ്. അവ ളുടെ കൈകളിൽ സ്വാതന്ത്ര്യത്തിന്റെ പഴന്തുണിയും ആസുരതയുടെ കൊലക്കയറുമുണ്ട്. അവളുടെ സംസ്കാരം ചരിത്രാതീതകാലം മുതൽക്കേ മലിനപ്പെട്ടതാണ്. അവളെല്ലാവരെയും സംശയത്തോടെയും നിന്ദയോടെയുമാണ് സ്വീകരിക്കുന്നത്. യുദ്ധത്തിനോടുള്ള അവളുടെ കടുത്ത ദാഹം രാവിനെയും പകലിനെയും കുത്തിമുറിക്കുന്നു. അഡോ ണിസിന്റെ വാക്കുകളിലാകെ ധൈര്യത്തിന്റെ കുളമ്പടികൾ നമുക്ക് ഉയർന്നു കേൾക്കാൻ കഴിയുന്നുണ്ട്. കാലം ഒരു കവിക്കു നൽകുന്ന അമരത്വമാണ് ഇത്തരം വരികളിലൂടെ സംരക്ഷിക്കപ്പെടുന്നത് എന്ന് നിസ്സം ശയം പറയാനാകും. സമാഹാരത്തിലെ ശ്രദ്ധേയമായ കവിതകളിലൊ ന്നാണ് 'വൃക്ഷം.' അഡോണിസിന്റെ പതിവ് രചനാ രീതികളിൽ നിന്നുള്ള വഴിമാറി ഒഴുക്ക് ഈ കവിതയെ തീക്ഷ്ണമായി സ്പർശിക്കുന്നുണ്ട്. എങ്കിലും അഡോണിസ് എഴുതുമ്പോൾ മാത്രം സംഭവിക്കുന്ന ചില തീർച്ചകളുണ്ട്. അത് കാലത്തിന്റെയും ജീവിതത്തിന്റെയും മൃതിയുടെയും ആത്മസ്ഥലികളിലൂടെ കടന്നുപോകുന്ന മിന്നൽപ്പിണരുകളാണ്. അവിടെ "ആയുധങ്ങളൊന്നും എന്റെ കരങ്ങൾക്ക് അലങ്കാരങ്ങളല്ല" എന്നു കവി വിളിച്ചു പറയുന്നുണ്ട്. "ഞാനൊരു പക്ഷിയാണ്. വേനലിന്റെ താഴെ പുഴ യുടെ അരിക് ചേർന്ന്, നിലാവിന്റെ പീലികളിൽ തഴുകി ഞാൻ ഭൂമിയി ലൂടെ ഒഴുകിനടക്കുന്നു"വെന്ന് കവി പതിയെ മന്ത്രിക്കുമ്പോൾ ആ ഒഴു ക്കിൽ നമ്മുടെ ചിത്തം നനഞ്ഞു കുതിരുന്നു. "ഭൂമിയുടെ വാതിലുകൾ തുറന്നു കിടക്കട്ടെ. രാപ്പകലുകൾ അതിലൂടെ ഒഴുകി വരട്ടെ. നമ്മുടെ കിനാവുകളെ അമർത്തി ചുംബിക്കട്ടെ. നമുക്ക് വിത്തുകളാകാം. നമുക്ക് പുഷ്പങ്ങളാകാം. നമുക്ക് നിശ്ശബ്ദതയ്ക്ക് മേൽ സംഗീതമാകാം." അഡോ ണിസ് ഒരു ഒഴുക്കാണ്. കവിയെയും കവിതയെയും വേർതിരിച്ചറിയാനാ കാത്ത വിധം മഹാകാലത്തിന്റെ ഉർവരതകളിലൂടെയുള്ള ഒഴുക്ക്.

ജീവിതംപോലെ തന്നെ മൃതിക്കും മനുഷ്യനോട് നിർവചിക്കാനാ കാത്തൊരു സ്നേഹമുണ്ടെന്ന് അഡോണിസ് പാടുന്നുണ്ട്. ജീവിതമി ല്ലെങ്കിൽ മരണത്തിന് ഒരു പ്രസക്തിയുമില്ല. മരണത്തിനിപ്പോഴും യൗവ നമാണ്. ക്ഷീണിക്കാത്ത പോരാളിയെപ്പോലെ അവൻ നമുക്കെതിരെ യുദ്ധം ചെയ്യുന്നു. അവനെ തോൽപ്പിക്കുവാൻ നമുക്ക് കഴിയും. അവനെ നമുക്ക് ആത്മാർഥമായി പ്രണയിക്കാൻ കഴിയും. ദൈവവുമായി കവി നടത്തുന്ന ലളിത ഭാഷണങ്ങളിലാകെയൊരു മൃത്യുദർശനമുണ്ട്. വായിക്കുംതോറും അതിന് ചിറക് മുളയ്ക്കുന്നതായി നമുക്ക് അനുഭവ പ്പെടും. എല്ലാ ഭാഷണങ്ങൾക്കും ഒടുവിൽ ഒരു തെറ്റിപ്പിരിയലിന്റെ ദൃശ്യ

മുണ്ട്. അത് കാലത്തിന്റെ അനിവാര്യമായ തീർപ്പുകളിലൊന്നാണ്. അഡോ
ണിസ് പാടുന്നു:

'മഹാ സങ്കടങ്ങളോടും
വിലാപങ്ങളോടും
ഞാൻ ക്ഷമ ചോദിക്കുന്നു.
ഒരു പക്ഷി
ഭൂമിക്ക് മുകളിലൂടെ
പറന്നു പോകുംപോലെ
ഞാനെന്നെ അനന്തതയിലേക്ക് പറത്തിവിടുന്നു
വിലപിക്കുന്നവരേ
നിങ്ങളെന്റെ ചിറുകകൾ തളച്ചിടുക.
തൂവലുകൾ ഇറുത്തെടുക്കുക.
എങ്കിലുമെനിക്ക് പാടാതിരിക്കാനാവില്ല
എന്റെ ഗാനം
ഭൂമിയിലും ആകാശത്തിലും നൃത്തം ചെയ്യട്ടെ.'

ചരിത്രങ്ങൾക്കിടയിൽ നഷ്ടപ്പെടുന്നതാണ് കവിതയെന്ന് കടലിനെ
ക്കുറിച്ചെഴുതിയ ഒരു കവിതയിൽ അഡോണിസ് പറയുന്നുണ്ട്. ചരിത്ര
ത്തിലെ മനുഷ്യാവകാശ ധ്വംസനങ്ങൾക്കിടയിൽപ്പെട്ട് തകർന്നടിയുന്ന
ഒരു ജനതയ്ക്ക് നടുവിൽ നിന്നുകൊണ്ട് കവിതയെ നിർവചിക്കുന്ന
അഡോണിസിനു മുന്നിൽ കാലം, പകയടങ്ങിയ വന്യമൃഗത്തെപ്പോലെ
യാണ് നിൽക്കുന്നത്. അതൊരു രോഗശുശ്രൂഷയാണ്. ഉടഞ്ഞുപോയ
ഭൂതകാലത്തെയും വെന്തുമലർന്ന വർത്തമാനകാലത്തെയും ഒരേകാലം
സ്വീകരിക്കുമ്പോൾ സംഭവിക്കുന്ന അനുഭവമാണത്. *ശബ്ദങ്ങൾ* എന്ന
കവിതയിൽ ഇത്തരമൊരനുഭവത്തിന്റെ ജ്വാലാമുഖങ്ങളുണ്ട്. അതിൽ
കാലത്തിനു മുമ്പിൽ നൃത്തം ചെയ്യുന്നവരും സ്വപ്നങ്ങളുടെ ശരീരം ധരി
ച്ചിരുന്നവരുമുണ്ട്. കവി ഇവരെ സ്നേഹത്തിന്റെ ഭാഷയിൽ സ്വാഗതം
ചെയ്യുന്നു. അവയുടെ ഊർജ വേഗങ്ങൾ തന്നിലേക്ക് പകർന്നാടണ
മെന്നും അതിലൂടെ മനുഷ്യാന്തസ്സിന്റെ ഉദാത്തത അടയാളപ്പെടുത്തണ
മെന്നും കവി കഠിനമായി ഇച്ഛിക്കുന്നു. അതോടെ കവിതയുടെ ആന്ത
രിക താളം പുറത്തേക്കൊഴുകാൻ തുടങ്ങുന്നു. കവിത ഭൂമിയുടെ അല
ങ്കാരം മാത്രമല്ല, വേദന കൂടിയാണെന്ന് നിശ്ശബ്ദം അഡോണിസ് ഓർമ
പ്പെടുത്തുന്നു.

പ്രതീക്ഷയുടെ നക്ഷത്രമിഴികൾ വീണ്ടും നഭസ്സിലുണരുമെന്നും
അതു കാണാനാണ് ഞാനീ രാവിൽ ഉറങ്ങാതിരിക്കുന്നതെന്നും *ദിനങ്ങൾ*
എന്ന കവിതയിൽ അഡോണിസ് പാടുമ്പോൾ കവിക്കൊപ്പം പുലർകാ
ലത്തിലെ ആ ചാരുദൃശ്യം കാണാൻ നാം അതിയായി കൊതിച്ചുപോ
കും. അഡോണിസിന്റെ കവിഹൃദയം നമ്മുടെ ഹൃദയങ്ങളെ എത്ര മധു

രമായാണ് ക്ഷണിക്കുന്നത്. നഷ്ടപ്പെട്ടതെന്തോ വീണ്ടെടുക്കും പോലെ ഒരാഹ്ലാദമാണ് ആ വാക്കുകൾക്കുള്ളിൽ തുളുമ്പിനിൽക്കുന്നത്. പകലിന്റെയും രാത്രിയുടെയും താളുകൾ നമുക്കജ്ഞാതമായ ഒരു ദ്വീപിലേക്കുള്ള ഹൃദ്യമായ ക്ഷണമാണ്. ആ യാത്രയിൽ നാം ദൈവത്തെ പല പ്പോഴായി കണ്ടുമുട്ടും. പക്ഷേ, അതു ദൈവമായിരിക്കില്ല. അഡോണി സായിരിക്കും.

The page of Day and Night
Adonis
Trasilated- Samuel Hugo,
Malbora Publication.

4

അന്യന്റെ സമരചരിത്രങ്ങൾ
കാമു അറ്റ് കോംബാറ്റ് റൈറ്റിംഗ്

കാമു

ആൽബേർ കാമു എന്ന പ ത്രപ്രവർത്തകനെ, അദ്ദേഹ ത്തിന്റെ നോവലുകളിലെന്ന പോലെ തന്നെ അത്രപെട്ടെ ന്ന് വായിച്ചെടുക്കാനാവില്ല. യുക്തിക്കും അയുക്തിക്കുമിട യിൽ തളം കെട്ടിക്കിടക്കുന്ന ജീവിതത്തെ ഒഴുകാനനുവദി ക്കുകയും അസ്തിത്വവാദ ദർശനത്തിന്റെ ആപൽക്കര മായ ഒരനുഭവം പങ്കുവയ് ക്കുന്ന അസംബന്ധവാദ(Ab-surdism)ത്തിന്റെ പതാകാവാ ഹകനായി മാറുകയും ചെയ്ത ആൽബർ കാമു നമ്മുടെ വായ നകളിൽ ഇപ്പോഴും കൊമ്പു കോർക്കുന്ന ഒരനുഭവമാണ്. പത്തൊമ്പതും ഇരുപതും നൂറ്റാണ്ടുകളിലായി ലോക

ത്തിന്റെ ചിന്താഗതിയിൽ തന്നെ വ്യതിരിക്തമായ മാറ്റങ്ങൾകൊണ്ട് അസ്ഥിവാരമിട്ട സോറെൻകീക്ക് ഗാർദ്, ഫെഡറിക് നീഷെ ഉൾപ്പെടെ യുള്ളവർക്കൊപ്പം പ്രവർത്തിക്കുകയും പിൽക്കാലത്ത് അസ്തിത്വവാദ

ദർശനവുമായി തെറ്റിപ്പിരിയുകയും ചെയ്ത കാമു പുതിയ നൂറ്റാണ്ടിന്റെ പിറവിയിലും വായനയിലും വിവാദവിഷയമായ ഒരടയാളമായി തുടരുന്നു എന്നത് ശ്രദ്ധേയമാണ്.

എഴുത്തിൽ കാമു മുന്നോട്ടുവയ്ക്കുന്ന നീതിയുക്തമായ നിലപാടു കളുടെ തീക്ഷ്ണ വ്യക്തിത്വമാണ് *കോംബാറ്റ് (Combat)* പത്രത്തിൽ കാമു എഴുതിയ ലേഖനങ്ങൾ. ഒരഭിമുഖത്തിൽ കാമു പറഞ്ഞതുപോലെ "പത്രാധിപത്യം ഒരു ചാട്ടവാറടിയാണ്. ആര് ആരെ അടിക്കുന്നു എന്ന തല്ല പ്രധാനം. ചാട്ടവാർ ആരുടെ കയ്യിലാണ് ഇരിക്കുന്നത് എന്നതിനാണ് ശ്രദ്ധ കൊടുക്കേണ്ടത്" എന്നാണ്. 1944 നും 1947 നുമിടയിൽ *കോംബാ റ്റിൽ* പ്രസിദ്ധീകരിച്ച ലേഖനങ്ങൾ സമാഹരിച്ച് എഡിറ്റ് ചെയ്യുമ്പോൾ പ്രൊഫ. ജാകിലിൻലെ വിവാലസിയും അഭിമുഖീകരിച്ചത് കാമു പറഞ്ഞ വാക്കുകളെ തന്നെയാകണം. കാരണം ജീവിതത്തിനോട് കാമു കാണിച്ച പരുക്കൻ സമീപനത്തിന്റെ അന്തസ്സ് ചോർന്നുപോകാതെ ലേഖനങ്ങൾ സമാഹരിക്കുക എന്നത് അപകടകരമായ ഒരു ദൗത്യമാണ്. അമേരിക്ക യിലെ പ്രിൻസ്റ്റൺ സർവകലാശാല പ്രസിദ്ധീകരിച്ച *CAMUS at Combat writing 1944-47* വായിച്ചു മടക്കുമ്പോൾ പ്രൊഫ. ജാകിലിൻ നിർവ ഹിച്ച എഡിറ്റിങ് കാമുവിന്റെ നിലപാടുകൾക്ക് ഐക്യദാർഢ്യം പ്രഖ്യാ പിക്കുന്നതായും വരണ്ടുണങ്ങിപ്പോയ കാലത്തിനു നേരെ ക്ഷോഭി ക്കുന്നതായും നമുക്ക് കാണാൻ കഴിയും.

കാമുവിന്റെ ലേഖനങ്ങളെ പ്രധാനമായും രണ്ട് വിഭാഗങ്ങളിലായി വേർതിരിച്ച് നിരീക്ഷിക്കുന്നതിലൂടെ എളുപ്പം നമുക്കതിലേക്ക് കടക്കാ നാകും. ആദ്യ നിരീക്ഷണം യുദ്ധാനന്തര സമൂഹത്തിന് ആവശ്യമായ ആർജിത വ്യക്തിത്വത്തെക്കുറിച്ചുള്ള പുതിയ ചിന്തകളാണ്. രണ്ടാമത്തെ വിഭാഗം ചരിത്രത്തെയും സാഹിത്യത്തെയും കൂട്ടുപിടിച്ചുകൊണ്ട് കാമു നടത്തുന്ന രാഷ്ട്രീയാമ്പേഷണങ്ങളും. ഇതിലൊന്നും ഉൾപ്പെടാതെ ഒറ്റപ്പെട്ടു നിൽക്കുന്ന ഒരനുഭവം പൊളിറ്റിക്കൽ ജേർണലിസത്തിന്റെ സാധ്യതക ളിലേക്കും പരിമിതികളിലേക്കും ലക്ഷ്യംവയ്ക്കുന്നു. നിലപാടുകളിൽ കാമു പുലർത്തുന്ന ജാഗ്രത ഈ മൂന്നു തലങ്ങളിലും കാണാമെങ്കിലും നിലപാടുകളിലെ ഏകതാനതയിലേക്കെത്തുന്ന വഴികൾ തികച്ചും ഭിന്ന മാണ്. പ്രധാനമായും വലതുപക്ഷ ശക്തികളുടെ കടന്നുകയറ്റത്തിനെ തിരെ കാമു നടത്തുന്ന പോരാട്ടം ചരിത്രത്തിന്റെ ഭാഗമായി വായിക്കേ ണ്ടതാണ്. സ്വാതന്ത്ര്യം, നീതി, ജനാധിപത്യം തുടങ്ങി സമൂഹത്തിന്റെ അടിസ്ഥാന വിഷയങ്ങളെക്കുറിച്ചെഴുതുമ്പോൾ കാമു ഒരേകാലം പോരാ ട്ടത്തിന്റെയും സമവായത്തിന്റെയും വഴികൾ സ്വീകരിക്കുന്നത് കാണാം. സമവായം എന്ന പദം കാമുവിന്റെ നിഘണ്ടുവിലില്ലെങ്കിലും മനുഷ്യപ ക്ഷത്തു നിന്നു ചിന്തിക്കുമ്പോൾ തെളിഞ്ഞുവരുന്ന ഒരു നിലപാടാണി തെന്ന് കാമു തന്നെ പലയിടത്തും സൂചിപ്പിക്കുന്നുണ്ട്.

ഇതേ അനുഭവത്തിന്റെ തുടർച്ചയെന്നോണം രാഷ്ട്രീയത്തിലെ ധാർമി
കത ഒരു പ്രധാന വിഷയമായെടുത്തു കാമു ചർച്ചയ്ക്ക് വിധേയമാക്കു
ന്നുണ്ട്. ധാർമികത എന്നൊന്നില്ലെന്ന് പറയാനാവില്ലെന്നും പ്രതിരോധ
ത്തിന്റെ അർഥദീപ്തമായ ഒരുവഴി അതിലൂടെ സാധ്യമാകുമെന്നും കാമു
എഴുതുന്നു. ഒരർഥത്തിൽ *കോംബാറ്റിലെ* ലേഖനങ്ങൾ സ്വാതന്ത്ര്യ
ത്തിനും സമത്വത്തിനും വേണ്ടിയുള്ള തുറന്ന പോരാട്ടങ്ങൾ തന്നെയാ
യിരുന്നു. രണ്ടാം ലോക മഹായുദ്ധകാലത്ത് ഫ്രാൻസിനു നേരെ ഉണ്ടായ
നാസി ആക്രമണ പരമ്പരകളും അൾജീരിയൻ സമൂഹത്തിന്റെ
സ്വാതന്ത്ര്യ പോരാട്ടങ്ങളും കടുത്ത യാതനകളും നാശങ്ങളും അധിനി
വേശ നിലപാടുകളും കാമുവിലെ പത്രപ്രവർത്തകനെ 'ഒറ്റയാൾ പോരാ
ട്ട'ത്തിലേക്ക് വഴിനടത്തിയിട്ടുണ്ടാവണം. ഫ്രാൻസിന്റെ ചരിത്രപരമായ
വിജയത്തിന്റെ എല്ലാ വശങ്ങളും നേരിട്ടനുഭവിച്ചറിഞ്ഞ കാമു,
ഫ്രാൻസിന്റെ സ്വതന്ത്ര്യവും നീതിയുക്തവുമായ അസ്തിത്വത്തിലൂടെ
മാത്രമേ അൾജീരിയയ്ക്കും ആത്യന്തികമായ സ്വാതന്ത്ര്യം ലഭിക്കൂ എന്ന്
കോംബാറ്റിൽ തുറന്നെഴുതുകപോലുമുണ്ടായി.

ചരിത്രത്തെ ഒരിക്കലും വികലമായ കണ്ണാടിയിൽക്കൂടി നോക്കിക്കാ
ണരുതെന്ന് രാഷ്ട്രീയ ചരിത്ര പണ്ഡിതന്മാരെ എഡിറ്റോറിയലുകളിൽക്കൂടി
കാമു നിരന്തരം ഓർമിപ്പിച്ചുകൊണ്ടേയിരുന്നു. ഇത്തരം ഓർമപ്പെടുത്ത
ലുകൾക്ക് പിന്നിൽ ജർമനി, ചരിത്രത്തിനു നൽകിയ കനത്ത ശിക്ഷക
ളായിരുന്നു. 1944 സെപ്തംബർ പതിനഞ്ചു മുതൽ എഴുതിയ എഡിറ്റോ
റിയലുകളിൽ പ്രധാനമായും ചർച്ചചെയ്യപ്പെടുന്നത് പരാജിതനായ ഹിറ്റ്ല
റുടെ രാഷ്ട്രീയവും ജനവിശ്വാസത്തിനു സംഭവിച്ച ഗുരുതരമായ പതന
വുമായിരുന്നു. കാമു എഴുതുന്നു. ഹിറ്റ്ലർ ഒരു ബുദ്ധിമാനാണെന്ന് വിശ്വ
സിക്കുന്നവരുടെ എണ്ണം ജർമനിയിൽ വളരെക്കൂടുതലായിരുന്നു. എന്നാൽ
നീതിരഹിതമായ നിലപാടുകളും അധാർമികതയും കൊണ്ട് ഒരു ജനത
യുടെ ആത്മവിശ്വാസത്തെ വഞ്ചിക്കുകയായിരുന്നു ഹിറ്റ്ലർ ചെയ്തത്.
നാസി ആധിപത്യത്തിനു കീഴിൽ മനുഷ്യൻ അനുഭവിച്ച കൊടിയ പീഡ
നങ്ങളുടെ ചരിത്രം യഥാർഥ ചരിത്രത്തിനു പുറത്താണ്. കൂട്ടക്കുരുതികളി
ലൂടെ ചരിത്രത്തിലേക്ക് ഹിറ്റ്ലർ പ്രവേശിക്കുന്ന മുഹൂർത്തം വിലാപ
ങ്ങളോടെയാണ് കാലം സ്വാഗതം ചെയ്തത്.

പരാജിതനായ ഹിറ്റ്ലർ ജർമനിയിൽ അവശേഷിപ്പിച്ച ദാരുണവും
ഭയാനകവുമായ ചിത്രങ്ങൾ ആഴത്തിൽ മുറിപ്പെടുത്തുന്ന ഭാഷയിലാണ്
കാമു അവതരിപ്പിക്കുന്നത്. പുതിയ ജർമനിയിലെ യുവത്വത്തിനുനേരെ
ആത്മവിശ്വാസത്തിന്റെയും നവ ചിന്തയുടെയും വിത്തുകൾ എത്രയും
വേഗം മുളപ്പിച്ചെടുക്കേണ്ടതാണെന്നും അതുവഴി മാത്രമേ ചരിത്രത്തെ
പുനർനിർമിക്കാനാവൂവെന്നും കാമു എഴുതുന്നു. കാമുവിന്റെ നോവലു
കളിൽ ഇടയ്ക്കിടെ പ്രത്യക്ഷപ്പെടുന്ന പരുഷവികാര (Brute Emotion)

ത്തിന്റെ ആഴക്കാഴ്ചകൾ ലേഖനങ്ങളിൽ പലപ്പോഴും ശ്രദ്ധ കൊടുക്കു ന്നതായിക്കാണാം. ആധുനിക മനുഷ്യന്റെ സന്ദേഹങ്ങൾക്കും ദുഃഖ ങ്ങൾക്കും ഒരവസാനമുണ്ടാകണമെന്നും യുദ്ധക്കൊതിയൻമാരുടെ കാലം അവസാനിക്കാറായി എന്നും കാമു ആഴത്തിൽ വിശ്വസിച്ചിരുന്നതിന്റെ അടയാളങ്ങളായി നമുക്കിത് വായിച്ചെടുക്കാനാകും. ജനറൽ ജോദിലി ന്റെ എരിഞ്ഞടങ്ങൽ പുതിയ കാലം നേരിടേണ്ടിവരുന്ന തീക്ഷ്ണമായ ചോദ്യങ്ങളിലൊന്നായിരിക്കുമെന്ന് കാമു എഴുതുമ്പോൾ ജാഗ്രതയുള്ള ഒരു പത്രപ്രവർത്തകന്റെ ധൈര്യപ്പെടൽ നമുക്ക് അനുഭവിക്കാനാകുന്നു ണ്ട്. കാമു എഴുതുന്നു; "ചരിത്രത്തെ കുറ്റവിമുക്തമാക്കേണ്ടത് അനിവാ ര്യമാണ്. ചരിത്രത്തെ എല്ലാക്കാലത്തും പ്രതിസ്ഥാനത്തു നിർത്തി വാദി ക്കുന്നതിൽ അർഥമില്ല. ചരിത്രത്തിൽനിന്ന് നമുക്ക് രക്ഷപ്പെടാൻ കഴി യാത്തതുപോലെ നമ്മിൽനിന്ന് രക്ഷപ്പെടാൻ ചരിത്രത്തിനും കഴിയില്ല."

ചരിത്രത്തിന്റെ സത്യസന്ധതയ്ക്കും കാലത്തിന്റെ ധാർമികതയ്ക്കും ഇടയിൽ നിന്നുകൊണ്ടാണ് കാമു ലോകത്തിന്റെ സാമൂഹ്യജീവിതത്തെ സസൂക്ഷ്മം വീക്ഷിക്കുന്നത്. *കോംബാറ്റിലെ* ലേഖനങ്ങൾ മുന്നോട്ടുവ യ്ക്കുന്നത് അതാത് കാലത്തിന്റെ ജാഗ്രത മാത്രമല്ല, അവ എല്ലാക്കാല ത്തെയും മൂർച്ചയേറിയ ചോദ്യോത്തരങ്ങളാണ്. രാഷ്ട്രീയപ്രശ്നങ്ങളെ നിയതമായ നിർവചനങ്ങളിലൊതുക്കി ചർച്ച ചെയ്യുമ്പോഴും ജനാധിപ ത്യത്തെയും സ്വാതന്ത്ര്യത്തെയും നീതിയെയും സംബന്ധിച്ചുള്ള പുതിയ ചിന്തകൾ അവതരിപ്പിക്കുമ്പോഴും കാമുവിലെ മനുഷ്യസ്നേഹിയെയാണ് നമുക്ക് കാണുവാൻ കഴിയുന്നത്. ഭീകരതയും യുദ്ധവും മനുഷ്യന്റെ തലതിരിഞ്ഞ ചിന്തകളുടെ സൃഷ്ടികളാണെന്ന് കാമു വിളിച്ചുപറഞ്ഞ തിന്റെ പ്രസക്തി കൂടിവരുന്ന കാലമാണിത്. *ക്രോസ്പർപ്പസ്* (Crosparpose 1944) *പ്ലേഗ്* (*Plauge* - 1947) തുടങ്ങിയ വിഖ്യാത രചന കളുടെ കാലത്താണ് കാമു *കോംബാറ്റിൽ* പ്രവർത്തിച്ചിരുന്നത് എന്നതു കൂടി ലേഖനങ്ങൾക്കൊപ്പം ചേർത്തുവായിക്കേണ്ടതാണ്. കാരണം, അകത്തും പുറത്തും (എഴുത്തുകാരൻ/പത്രപ്രവർത്തകൻ) നിൽക്കുന്ന കാമു നേരിട്ട മാനസികാന്തര സംഘർഷങ്ങളുടെ വെളിപ്പെടുത്തലുകൾ പുതിയകാലത്ത് പുതിയ വായനകൾ ആവശ്യപ്പെടുന്നുണ്ട്.

കോംബാറ്റിൽ പ്രസിദ്ധീകരിച്ച ലേഖനങ്ങൾക്ക് പുറമേ 1948-49 കാല യളവിൽ മറ്റ് ജേർണലുകളിൽ പ്രസിദ്ധീകരിച്ച നാല് ലേഖനങ്ങൾകൂടി ഈ പുസ്തകത്തിൽ ഉൾപ്പെടുത്തിയിട്ടുണ്ട്. കാമു ചരിത്രത്തെ സ്വീകരി ക്കുകയും ചർച്ചയ്ക്ക് വിധേയമാക്കുകയും ചെയ്യുന്ന പാഠരീതി പ്രത്യ ക്ഷത്തിൽ ലളിതമെങ്കിലും ആഴത്തിൽ വേരോട്ടമുള്ള ഒരു ഐഡിയോള ജിയുടെ കരുത്ത് അതിൽ അനുഭവപ്പെടുന്നുണ്ട്. ചരിത്രത്തിനെ കൂട്ടുപി ടിച്ചുകൊണ്ട് നടത്തുന്ന എല്ലാ പ്രവർത്തനങ്ങൾക്കും ഇത് അത്യന്താപേ ക്ഷിതമാണ്. ഈ പുസ്തകം കാമുവിന്റെ നോവലുകളുടെ ആമുഖമായി

വായിക്കേണ്ട ഒന്നാണ്. പിഴച്ചകാലത്തിനും ചരിത്രത്തിന്റെ സത്യസന്ധ
തയ്ക്കുമിടയിൽ കുടുങ്ങിപ്പോയ ജീവിതത്തെ കാമു നിവർത്തി വായി
ക്കുമ്പോൾ നമ്മൾ ഭയത്തിന്റെ ചിറകുകൾക്കുള്ളിൽ അഭയം തേടാതിരി
ക്കുന്നതെങ്ങനെ?

Camus at Combat Writing (1944- 1947)
edited by Jaqueline Levi Valensi
Princetion University Press

5

വായിക്കുന്തോറും
വീര്യമേറിക്കൊണ്ടിരിക്കുന്ന ജീവിതം
പാബ്ലോ നെരുദ- എ പാഷിൻ ഫോർ ലൈഫ്

പാബ്ലോ നെരുദ

ചില പുസ്തകങ്ങൾ വീ ഞ്ഞുപോലെയാണ് ഇരിക്കും തോറും വീര്യമേറിക്കൊണ്ടേ യിരിക്കും. അതുകൊണ്ട് ഇട യ്ക്കിടെ ഞാൻ അത്തരമൊരു പുസ്തകമെടുത്ത് ഹൃദയ ത്തിലേക്കൊന്ന് കമഴ്ത്തും. അതിൽ നിന്ന് ലഭിക്കുന്ന സുഖത്തെ പൂർണമായും പ കർത്തിവയ്ക്കാനാവില്ല. അ പൂർവങ്ങളിൽ അപൂർവമായി സംഭവിക്കുന്ന ഒരാനന്ദമാണ ത്. അത്തരം പുസ്തകങ്ങൾ പാശ്ചാത്യ സാഹിത്യത്തിൽ അനവധിയുണ്ട്. അതിൽ നിന്നൊരു തെരഞ്ഞെടുപ്പ് അസാധ്യമെങ്കിലും ചില പു സ്തകങ്ങൾ വീഞ്ഞിന്റെ ന നുത്ത ലഹരിപോലെ നമ്മെ

വല്ലാതെ പിൻതുടരും. അത് ആസ്വാദനത്തിന്റെ അതിർത്തികൾ ലംഘി ച്ചുകൊണ്ട് അനുഭവത്തിന്റെ ഒപ്പം കൂടും. ഒറ്റവാക്കിൽ നിർവചിക്കാനാ കാത്ത വിധത്തിൽ അതിന്റെ അന്തസ്സ് മറ്റെല്ലാ പുസ്തകങ്ങൾക്കും മുക ളിൽ തല ഉയർത്തിപ്പിടിച്ച് നിൽക്കും. ആദം ഫിയൻസ്റ്റീൻ രചിച്ച പാബ്ലോ

നെരൂദയുടെ ജീവചരിത്ര പുസ്തകം (*Pablo Neruda-A Passion for life*) കാലത്തിന്റെ ഇനിയും അസ്തമിച്ചിട്ടില്ലാത്ത പച്ചപ്പുകളെ ഓർമപ്പെ ടുത്തുന്ന ഒരനുഭവമാണ്. കാലത്തിന്റെ ഒഴുക്കും ഓർമകളുടെ സുഗ ന്ധവും ജീവിത കാമനകളും കവിതയുടെ ലഹരിയുംകൊണ്ട് സമ്പന്ന നായ നെരൂദയുടെ പകർന്നാട്ടം നമുക്കിതിൽ അനുഭവിക്കാനാകും.

ഒരു കവിയുടെ ജീവചരിത്രം എന്നതിനപ്പുറം ഈ പുസ്തകത്തി നൊരു ചരിത്രപരമായ ദൗത്യം കൂടിയുണ്ട്. നെരൂദയുടെ ജീവിതത്തിലെ അറിയപ്പെടാത്ത അധ്യായങ്ങളിലേക്ക് തുറന്നുവച്ചിരിക്കുന്ന നിർവചന ങ്ങൾ കൂടിയാണിത്. നെരൂദ എഴുതിയിട്ടുള്ളതുപോലെ "സമുദ്രത്തിലെ എണ്ണിത്തീർക്കാനാകാത്തത്ര ദ്വീപുകൾ പോലെയാണ് ഒരു മനുഷ്യന്റെ ഏകാന്ത ദുഃഖങ്ങളും രഹസ്യങ്ങളും." കൃതഹസ്തനായ ഒരു ശസ്ത്ര ക്രിയാ വിദഗ്ധന്റെ സൂക്ഷ്മതയോടെയാണ് ആദം ഫിയൻസ്റ്റീൻ നെരൂദ യുടെ ജീവിതത്തിലേക്ക് പ്രവേശിക്കുന്നത്. ഒരു കവിയെ എങ്ങനെയാണ് കാലത്തിനു മുൻപിൽ അവതരിപ്പിക്കേണ്ടതെന്ന സങ്കീർണമായ ചോദ്യത്തെ ആദ്യം തന്നെ ആദം ഫിയൻസ്റ്റീൻ നേരിടുന്നുണ്ട്. എന്നാൽ ചോദ്യത്തെ മാത്രമല്ല, കാലം ആവശ്യപ്പെടുന്ന ഒരു കവിയുടെ സാധ്യത കളെ പൂർണമായി തന്നെ ഉപയോഗപ്പെടുത്തിക്കൊണ്ടാണ് ജീവചരിത്ര പുസ്തകം മുന്നോട്ടുപോകുന്നത്. അതിന് ആദം ഫിയൻസ്റ്റീൻ ഉപയോ ഗിക്കുന്ന പ്രധാന ടൂൾ (*Tool*) നെരൂദയുടെ കവിതകൾ തന്നെയാണ്. നിർവചനങ്ങളിൽ തളയ്ക്കപ്പെട്ട നെരൂദയുടെ കവിതയെ, അതിൽ നിന്നെല്ലാം അതിവിദഗ്ധമായി മോചിപ്പിച്ച് കവിതയുടെ ആന്തരിക ലാവ ണ്യത്തിലേക്കും അനുഭൂതിയിലേക്കും സത്യസന്ധമായി പ്രവേശിച്ചുകൊ ണ്ടാണ് നെരൂദയെ ഫിയൻസ്റ്റീൻ അടയാളപ്പെടുത്തുന്നത്.

1904 മുതൽ 1920 വരെയുള്ള നെരൂദയുടെ ബാല്യകാല ജീവിതത്തെ കുറിച്ചാണ് ജീവചരിത്രത്തിലെ ആദ്യ ഭാഗം. മഴയുടെ സിംഹണിയും പ്രകൃതിയുടെ പ്രലോഭനങ്ങളും ഒരുപോലെ തന്നെ മുറിവേൽപ്പിച്ചിരു ന്നുവെന്ന് നെരൂദ എഴുതിയിട്ടുണ്ട്. ചിലിയിലെ പർറാളിൽ 1904 ജൂലൈ 12 നാണ് നെരൂദ ജനിച്ചത്. നെരൂദയ്ക്ക് രണ്ട് മാസം പ്രായമുള്ളപ്പോൾ മാതാവ് റോസ മരണപ്പെട്ടു. റെയിൽവേ എഞ്ചിൻ ഡ്രൈവറായിരുന്ന പിതാവിന്റെ സംരക്ഷണയിലായിരുന്നു പിന്നീട് നെരൂദ കഴിഞ്ഞത്. നെരൂ ദയ്ക്ക് രണ്ട് വയസുള്ളപ്പോൾ കുടുംബം പർറാളിൽനിന്ന് ടെമുക്കോയി ലേക്ക് താമസം മാറ്റി. ടെമുക്കോയിലെ ജീവിതകാലത്താണ് നെരൂദ കവി തയുടെ ലോകത്തേക്ക് ക്ഷണിക്കപ്പെടുന്നത്. കാണുന്നതിലെല്ലാം കവിത അനുഭവിക്കുന്ന പ്രകൃതമായിരുന്നു നെരൂദയുടേത്. പത്തു വയസിനു ള്ളിൽ നെരൂദ എഴുതിത്തീർത്ത ചെറുതും വലുതുമായ കവിതകളിൽ നിറയെ പ്രകൃത്യോപാസനയുടെ അഭിജാത സുഗന്ധമുണ്ടായിരുന്നു. "പ്രിയപ്പെട്ട കവികളേ നിങ്ങൾ പ്രകൃതിയുടെ ജാലകങ്ങൾ ഒന്നൊന്നായി തുറന്നിടുക. അതിലൂടെ നദികളും മേഘങ്ങളും മുയൽക്കുഞ്ഞുങ്ങളും

സിംഹങ്ങളും വരട്ടെ. നമുക്ക് അവരോടൊപ്പം ഇണങ്ങിയും പിണങ്ങിയും കഴിയാം" എന്ന് ആത്മകഥാകാവ്യമായ *ഇസ്ല നെഗ്ര സ്മാരക (The Memmorial of Islva Negra)*ത്തിൽ നെരൂദ പിൽക്കാലത്ത് എഴുതിയ തിനു പിന്നിൽ കടും നിറങ്ങൾകൊണ്ടലങ്കരിച്ച ബാല്യകാലാനുഭവങ്ങ ളുടെ ഊഷ്മള നിമിഷങ്ങളുണ്ടായിരുന്നുവെന്ന് നമുക്ക് ചേർത്തു വായി ക്കാവുന്നതാണ്.

പ്രകൃത്യോപാസനപോലെ തന്നെ പ്രണയോപാസനയും നെരൂദ യുടെ ഹൃദയത്തെ തരളിതമാക്കിയിരുന്നുവെന്ന് ആദംഫിയൻസ്റ്റീൻ സൂചി പ്പിക്കുന്നുണ്ട്. നെരൂദ എഴുതിയ പ്രണയ കവിതകളിൽ *(Twenty Love Poems and a Song of Despair - 1924)* എട്ടോളം കവിതകൾ തെരേ സവാസ് ക്വിസ് എന്ന പെൺകുട്ടിയോട് തോന്നിയ ഇഷ്ടത്തെ അടയാള പ്പെടുത്തുന്നതാണ്. നെരൂദയ്ക്ക് ഒരു കാവ്യവിഷയം മാത്രമായിരുന്നില്ല തെരേസ. അവളോട് തനിക്ക് തോന്നിയ ഇഷ്ടം പ്രണയത്തിന്റെ സമുദ്ര ചുംബനമായിരുന്നുവെന്ന് നെരൂദ പിൽക്കാലത്ത് എഴുതിയിട്ടുണ്ട്. തെരേ സയെപ്പോലെ നെരൂദയുടെ ജീവിതത്തിൽ സ്വാധീനം ചെലുത്തിയ ഒരു പെൺകുട്ടിയാണ് ലോറിറ്റ. പിതാവിന്റെ രണ്ടാം വിവാഹത്തിലെ സമ്മാ നമായിരുന്ന ലോറിറ്റയുമായി നെരൂദയ്ക്ക് ശരീരത്തിലേക്ക് കൂടി വളർന്ന പ്രണയമായിരുന്നു ഉണ്ടായിരുന്നത്. 1920 ൽ പ്രസിദ്ധപ്പെടുത്തിയ ഒരു കവിതയിൽ നെരൂദ ഇക്കാര്യം തുറന്നുപറയുന്നുണ്ട്. "പ്രണയം ആഴങ്ങ ളുള്ള നദിയാണ്. അതിലിറങ്ങുമ്പോൾ ആനന്ദം കൂടിക്കൂടി വരും. ഒടു വിൽ ആനന്ദം മാത്രം അവശേഷിക്കും" നെരൂദ എഴുതി.

പ്രകൃതിയും പ്രണയവും വായനയുമാണ് നെരൂദയിലെ കവിയെ പൗരുഷമുള്ളവനാക്കിത്തീർക്കുന്നതെന്ന് കവി ലോർക്ക എഴുതിയിട്ടുണ്ട്. പുസ്തകങ്ങളെ 'അജ്ഞാത സമുദ്രങ്ങൾ' എന്നാണ് നെരൂദ വിശേഷി പ്പിച്ചിട്ടുള്ളത്. മാക്സിം ഗോർക്കിയും വിക്ടർ ഹ്യൂഗോയും ബോദ്ലയറും സെർവാന്റീസും റൂബെൻ ഭാരിയോയും റിംബോയും ഉൾപ്പെട്ട വലിയ സമുദ്രങ്ങളിലൂടെയുള്ള യാത്രകൾ നെരൂദയിലെ സാഹസികനെ ആന ന്ദിപ്പിക്കുകയും പ്രചോദിപ്പിക്കുകയും ചെയ്തിരുന്നുവെന്ന് ആദം ഫിയൻസ്റ്റീൻ പറയുന്നുണ്ട്. ചിലിയൻ കവയിത്രി ഗബ്രിയല മിസ്ട്രാ ളിന്റെ കവിതകളോട് പ്രധാനമായും *ഡെസോളേസിയൻ* എന്ന കവിത യോട് നെരൂദക്ക് വല്ലാത്തൊരു അഭിനിവേശമുണ്ടായിരുന്നു. ആദരവും സ്നേഹവും വാത്സല്യവും കൂടിച്ചേർന്നൊരു ബന്ധമായിരുന്നു ഇരുവരു ടെയും. നെരൂദയുടെ കാവ്യജീവിതത്തിലെ തെളിഞ്ഞ അധ്യായങ്ങളിലൊ ന്നായി ആദം ഫിയൻസ്റ്റീൻ ഈ അനുഭവത്തെ ചിത്രീകരിക്കുന്നുണ്ട്.

1921 മുതൽ 1927 വരെയുള്ള കാലഘട്ടങ്ങൾക്കിടയിൽ നെരൂദ എഴു തിയ *റിങ്സ് (Rings) റ്റ്വന്റി ലവ് പോയംസ് ആന്റ് എ സോങ് ഓഫ് ഡിസ്പെയർ (Twenty Love Poems and a Song of Despair) അറ്റം പ്റ്റ് ഓഫ് ദ ഇൻഫിനിറ്റ് മാൻ (Attempt of the Infinite Man)* എന്നീ

കൃതികളുടെ രചനാനുഭവങ്ങളും അക്കാലത്തെ ഊഷ്മളമായ സൗഹൃ
ദങ്ങളും കൂടിച്ചേർന്ന ഒരരങ്ങാണ് 'സാന്റിയാഗോയിൽ ഒരു ബൊഹീമി
യക്കാരൻ' എന്ന ഭാഗത്തെ ശ്രദ്ധേയമാക്കുന്നത്. ഫ്രഞ്ചുകവികളായ
റിംബോയുടെയും ബോദ്‌ലയറിന്റെയും കവിതകളിൽ നിരന്തരം സ്നാന
പ്പെട്ടതിൽ നിന്നു ലഭിച്ച കാവ്യസംസ്കാരം നെരൂദയുടെ കവിതകളെ
ആഴത്തിൽ സ്പർശിച്ചിട്ടുണ്ട്. പർറാളിൽ നിന്ന് ടെമുക്കോയിലേക്കും
അവിടെ നിന്ന് സാന്റിയാഗോ നഗരങ്ങളിലേക്കും കൂടുമാറുമ്പോഴും നെരൂ
ദയിലെ കവിക്ക് സ്ഥലരാശികളോട് അപരിചിത്വമൊന്നും തോന്നിയിരു
ന്നില്ല എന്നും ഗ്രാമത്തിലെന്ന പോലെ നഗരവും നെരൂദയിലെ കവിയെ
നിറഞ്ഞ ആദരവോടെ സ്വീകരിക്കുകയായിരുന്നുവെന്നും ആദം
ഫിയൻസ്റ്റീൻ രേഖപ്പെടുത്തുന്നുണ്ട്.

ജീവചരിത്ര ഗ്രന്ഥത്തിലെ ഏറ്റവും ശ്രദ്ധേയമായ ഭാഗം നെരൂദയുടെ
രാഷ്ട്രീയവും ഔദ്യോഗികവുമായ കാലത്തെക്കുറിച്ചുള്ള തീക്ഷ്ണമായ
ഇടപെടലുകളെക്കുറിച്ചുള്ളതാണ്. നെരൂദയുടെ രാഷ്ട്രീയ നിലപാടുകൾ
പലപ്പോഴും നെരൂദയിലെ മനുഷ്യനെ ആഴത്തിൽ മുറിവേൽപ്പിച്ചിട്ടുണ്ട്.
1936 ലെ സ്പാനിഷ് ആഭ്യന്തര യുദ്ധകാലത്ത് നെരൂദ നിർവഹിച്ച
സ്തുത്യർഹമായ പ്രവർത്തനങ്ങൾ നെരൂദയിലെ നയതന്ത്ര വിദഗ്ധനെ
കാട്ടിത്തരുന്നു. ആഭ്യന്തരയുദ്ധത്തിൽ അകപ്പെട്ടുപോയ റിപ്പബ്ലിക്കൻ അഭ
യാർഥികളെ ചിലിയിലേക്കും ഫ്രാൻസിലേക്കും സുരക്ഷിതമായി എത്തി
ക്കുവാനും ഫാസിസത്തിന്റെ താക്കീതുകൾക്ക് നേരെ ശക്തിയുക്തം
പ്രതിഷേധിക്കുവാനും നെരൂദക്ക് കഴിഞ്ഞുവെന്നതും അത്ഭുതങ്ങളായി
ഇന്നും നിലനിൽക്കുന്നുവെന്ന് ആദം ഫിയൻസ്റ്റീൻ തുറന്നെഴുതുന്നു.

ചിലിയിലെ നയതന്ത്ര പ്രതിനിധിയായി പ്രവർത്തിച്ചിരുന്ന കാലത്ത്
നെരൂദ നടത്തിയ ദീർഘയാത്രകൾ കവിയെയും മനുഷ്യനെയും സ്വാധീ
നിച്ചതിന്റെ വ്യത്യസ്ത ദൃശ്യങ്ങൾ ആദം ഫിയൻസ്റ്റീൻ മനോഹരമായി
അവതരിപ്പിക്കുന്നുണ്ട്. ബർമയിൽ വച്ച് പരിചയപ്പെട്ട ജോസിബിസ എന്ന
സ്ത്രീയെക്കുറിച്ചുള്ള ഓർമകൾക്ക് എന്തെന്നില്ലാത്തൊരു സുഗന്ധാനു
ഭവമാണുള്ളത്. മെക്സിക്കൻ യാത്രകളിൽ തനിക്കൊപ്പം ചേർന്ന കവി
സുഹൃത്തുക്കളെക്കുറിച്ചും അവരുമായി നടത്തിയ കാവ്യ സംവാദങ്ങളെ
ക്കുറിച്ചും ഇതുവരെ വെളിപ്പെട്ടിട്ടില്ലാത്ത അനുഭവങ്ങളിലേക്കാണ് ജീവ
ചരിത്രകാരൻ വായനക്കാരെ കൂട്ടിക്കൊണ്ടുപോകുന്നത്. സൗഹൃദങ്ങ
ളോട് കുലീനമായ പെരുമാറ്റവും അന്തസ്സും വച്ചുപുലർത്തുന്ന നെരൂ
ദക്ക് ഓക്ടോവിയോ പാസിനോട് നിർവചിക്കാൻ കഴിയാത്തത്ര പകയും
വെറുപ്പും ഉണ്ടായിരുന്നതായി വായനയ്ക്കിടയിൽ നമുക്ക് തിരിച്ചറിയാ
നാകും. എന്നാൽ ലോർക്കയോട് നെരൂദയ്ക്ക് ഉണ്ടായിരുന്ന ബന്ധം
ആത്മ സുഗന്ധം നിറഞ്ഞതായിരുന്നു. ഫ്രാങ്കോയുടെ പട്ടാളക്കാർ
ലോർക്കയെ വെടിവെച്ചു കൊന്നപ്പോൾ നെരൂദ അനുഭവിച്ച തീവ്രവേ

ദന പകർത്തി വെക്കാനാവില്ല എന്ന് ആദം ഫിയിൻസ്റ്റീൻ രേഖപ്പെടു ത്തുന്നത് ശ്രദ്ധേയമാണ്.

1971 -ൽ നോബൽ സമ്മാനം സ്വീകരിച്ചുകൊണ്ടു നടത്തിയ പ്രഭാ ഷണ സ്മരണകൾ, ഇന്ത്യാ സന്ദർശനവേളയിൽ നെഹ്റുവിൽനിന്നു ണ്ടായ മോശമായ പെരുമാറ്റം, നയതന്ത്ര പ്രതിനിധിയായി പ്രവർത്തിച്ചി രുന്ന കാലത്തെ കിഴക്കൻ ഏഷ്യൻ രാജ്യങ്ങളിലെ ജീവിതാനുഭവങ്ങൾ, ഒഴിവാക്കാനാകാത്ത ചില ആത്മബന്ധങ്ങൾ, പ്രണയങ്ങൾ, സ്വപ്നങ്ങൾ, ആസക്തികൾ — ഇങ്ങനെ കാണുംതോറും ഭംഗി കലർന്നതും വന്യവു മായ ഒരു സമുദ്രസാന്നിധ്യമാണ് നെരൂദയുടെ ജീവിതം. 1973 സെപ്തം ബർ 23-ാം തീയതി മരണത്തിനു മുൻപിൽ നെരൂദ കീഴടങ്ങിയെങ്കിലും മരണാനന്തരം താനൊരു പരുന്തായി പിറവികൊള്ളുമെന്ന പ്രവചനത്തെ പുതിയകാലം പുതിയ നിർവചനങ്ങളോടെ സ്വീകരിക്കേണ്ട ഒന്നാണ്. ഇരിക്കും തോറും വീര്യമേറിക്കൊണ്ടിരിക്കുന്ന വീഞ്ഞുപോലെ നെരൂദ യുടെ ജീവചരിത്ര പുസ്തകവും വായിക്കും തോറും നമ്മെ ലഹരിപിടി പ്പിച്ചുകൊണ്ടിരിക്കും.

Pablo Neruda
A Passion for Life
Adam Feinstein
Bloomsbury, London

6

ദസ്തേവ്സ്കിയുടെ ജീവിതം; ഭൂമിയുടേതും

ദസ്തേവ്സ്കി: എ റൈറ്റർ ഇൻ ഹിസ് ടൈം

ദസ്തേവ്സ്കി

നോക്കൂ വിലമതിക്കാനാകാ ത്തത്ര ഓർമകൾക്കു നടുവിൽ നിന്നുകൊണ്ടാണ് എനിക്ക് കാലത്തിനോടു സമരം ചെ യ്യേണ്ടിവരുന്നത്. എന്റെ മോ ഹങ്ങൾക്കു പിന്നിൽ അദൃശ്യ മായൊരു അനുഭവതലമുള്ള തുപോലെ. പക്ഷേ എനിക്കത് വെളിപ്പെടുത്താനാകുന്നില്ല. അതുമല്ലെങ്കിൽ അതൊരു വേ ദനയുമാകാം. എഴുത്തിനും വായനയ്ക്കുമിടയിൽ ഒഴുകി പ്പരക്കുന്നതെന്തോ അതെനിക്ക് ലളിതമായിപ്പോലും വിവരി ക്കാനാകുന്നില്ല. ഒരുപക്ഷേ ഇതായിരിക്കാം എല്ലാ കലക ളുടെയും മാന്ത്രികത.

വി ജി ബെലൻസ്കി

ഭൂമിയിലെ ഏക ദയാരഹിതമായൊരു ജീവിതമായിരുന്നു ദസ്തേ വ്സ്കിയുടേതെന്ന് വിമർശകനായ ബെലൻസ്കി അഭിപ്രായപ്പെട്ടിട്ടുണ്ട്.

അത് കാലത്തിന്റെ കനത്ത ശിക്ഷകളിലൊന്നായിരുന്നുവെന്ന് അദ്ദേഹം കൂട്ടിച്ചേർക്കുന്നു. ജീവിതത്തെ എത്രത്തോളം ആഴത്തിൽ മുറിവേൽപ്പി ക്കാമോ അത്രത്തോളം മുറിവേൽപ്പിക്കുകയും സ്വന്തം ഹൃദയത്തെ ഗുരു തരമായി നിന്ദിക്കുകയും ചെയ്തതിലൂടെ ദസ്തേവ്സ്കി എഴുത്തു കാർക്കിടയിലെ ആദ്യത്തെയും അവസാനത്തെയും രക്തസാക്ഷിയാകു കയായിരുന്നു. ദസ്തേവ്സ്കിക്ക് മുമ്പും പിമ്പും മറ്റൊരു ദസ്തേവ്സ്കി ഉണ്ടായിരുന്നില്ലെന്ന് വിമർശകനായ മിഖായ്ലോവ്സ്കി പിൽക്കാലത്ത് എഴുതിയിട്ടുണ്ട്. മിഖായ്ലോവ്സ്കിയുടെ നിർവചനത്തെ അതിന്റെ വിശു ദ്ധമായ അനുഭവത്തിൽ നിന്നുകൊണ്ട് നമുക്ക് ഒരിക്കൽക്കൂടി നിർവചി ക്കാമെന്നുവരുന്നു. അത് കാലഗണനയുമായി ബന്ധപ്പെട്ട ഒരു വർഗീക രണമാണ്. മിഖായ്ലോവ്സ്കി പറയുംപോലെ അത് റഷ്യൻ സാഹിത്യ ചരിത്രത്തിന്റെ മാത്രം ഭൂതഭാവികളല്ല. തലങ്ങളല്ല. വിശ്വസാഹിത്യ ചരി ത്രത്തിലെ വിവാദ വിഷയമായൊരു അടയാളമായിത്തന്നെ നമുക്ക് ദസ് തേവ്സ്കിയെ സ്വീകരിക്കാനാകും. മിഖായ്ലോവ്സ്കിയുടെ അഭിപ്രാ യത്തെ ശരിവച്ചുകൊണ്ടാണ് ജോസഫ് ഫ്രാങ്കിന്റെ പുസ്തകം *ദസ്തേ വ്സ്കി, എ റൈറ്റർ ഇൻ ഹിസ് ടൈം* (*Dostovsky - A writer in his time*) മുന്നോട്ടു പോകുന്നത്. ഇത് ശരികളുടെ മാത്രം പുസ്തകമല്ല. ദസ്തേവ്സ്കിയുടെ ജീവിതവുമായി ബന്ധപ്പെട്ട ചില 'കെട്ടുകഥ'കളുടെ പൊരുളന്വേഷിക്കുകയും, അതെല്ലാം സത്യസന്ധമായ കാലത്തിന് മുമ്പിൽ കൊണ്ടുവരികയും അതുവഴി ഒരെഴുത്തുകാരന്റെ യഥാർഥജീ വിതത്തെ തുറന്നുകാട്ടുകയുമാണ് ജോസഫ് ഫ്രാങ്ക്.

ദസ്തേവ്സ്കിയുടെ ജീവിതമെഴുതുക എന്നത് അപകടകരമായി ജീവിക്കും പോലെയാണ്. ദസ്തേവ്സ്കിയുടെ ജീവിതം അകത്തേക്ക് ഒഴുകിപ്പരന്ന ഒരു സമുദ്രമായിരുന്നു. കോരിയെടുക്കുംതോറും പെരുകി വരുന്നൊരു ജലരാശി. ലോർക്കയുടെ ഒരു കവിത ഇവിടെ ഓർമിക്കാവു ന്നതാണ്. 'ഭൂമിയിലെവിടെയും ഈ മനുഷ്യനുണ്ട്. എന്നാൽ അയാളുടെ വേരുകൾ എവിടെയും കാണില്ല. ഭൂമിയിലെവിടെയും അയാളുടെ ശബ്ദ മുണ്ട്. എന്നാൽ ശബ്ദത്തിന്റെ ഉറവിടം നമുക്കൊരിക്കലും കണ്ടെത്താ നാവില്ല!' ദസ്തേവ്സ്കിയെ പിൻതുടരുക എന്നത് കൊടുങ്കാറ്റിനുള്ളിൽ അകപ്പെട്ടൊരു ഇലയെ പിൻതുടരുംപോലെ അപകടകരമാണ്. ജോസഫ് ഫ്രാങ്കിന്റെ ജീവിതമെഴുത്തിനു പിന്നിൽ അപകടങ്ങളെ കടന്ന് മുന്നോ ട്ടുപോകുന്നൊരു ദൈവവിളിയുടെ പാവനത്വമുണ്ട്. സെമൊവ് മൈതാ നത്തിനു നടുവിൽ മരണശിക്ഷയ്ക്ക് വിധിക്കപ്പെട്ടു നിൽക്കുന്ന ദസ്തേ വ്സ്കിയുടെ ഉള്ളിൽ പിടഞ്ഞ അതേ ക്രിസ്തു ജോസഫ് ഫ്രാങ്കിനുള്ളിലും പിടഞ്ഞിരിക്കാം. അല്ലായിരുന്നുവെങ്കിൽ പ്രിൻസ്റ്റൺ, സ്റ്റാൻഫഡ് സർവകലാശാലകളിലെ പ്രൊഫസർ ജോസഫ് ഫ്രാങ്ക് ദസ്തേവ്സ്കിയിലേക്ക് സധൈര്യം തോണി തുഴയില്ലായിരുന്നു. അപര

(*The Double*)നിലെ ഗൊല്യാദ് കിൻ പറഞ്ഞതുപോലെ 'ഞാൻ ജീവി
ച്ചിരിക്കുന്നു. തീർച്ചയായും അങ്ങനെതന്നെ. അതിപ്പോഴും ഭംഗിയായി
തുടർന്നുകൊണ്ടേയിരിക്കുന്നു. എന്തുകൊണ്ട് അങ്ങനെ ആയിക്കൂടാ.'
ഇത്തരമൊരു ചോദ്യത്തിന്റെ ആനന്ദം ദസ്തേവ്സ്കിയുടെ ജീവിതമെ
ഴുതിയതിലൂടെ ജോസഫ് ഫ്രാങ്ക് അനുഭവിക്കുന്നുണ്ട്. അത് ഒരേകാലം
അകത്തേക്കും പുറത്തേക്കും തുറക്കുന്ന വഴികൾ തേടുകയായിരുന്നു.

രണ്ടായിരത്തി അഞ്ഞൂറോളം പേജുകളിലായാണ് ദസ്തേവ്സ്കി
യുടെ സർഗാത്മക ബൗദ്ധികജീവിതത്തെ ജോസഫ് ഫ്രാങ്ക് പകർത്തി
വയ്ക്കുന്നത്. അത് ഒരേകാലം അകത്തേക്കും പുറത്തേക്കും തുറക്കുന്ന
വഴികൾ തേടുകയായിരുന്നു. 1976 മുതൽ 2002 വരെയുള്ള കാലയളവിൽ
പ്രസിദ്ധപ്പെടുത്തിയ അഞ്ച് വാല്യങ്ങളിൽനിന്ന് ഫ്രാങ്കിന്റെ നിർദേശപ്ര
കാരം പ്രൊഫ. മേരി പെട്രൂസയാണ് *എ റൈറ്റർ ഇൻ ഹിസ് ടൈം* തയാ
റാക്കിയിരിക്കുന്നത്. ദസ്തേവ്സ്കിയുടെ ജീവിതം അക്കാലത്തെ
സാംസ്കാരിക ബൗദ്ധിക രാഷ്ട്രീയ മേഖലകളിൽ ഏതൊക്കെത്തരത്തിൽ
ഇടപെട്ടിരുന്നുവെന്നതിന്റെ സൂക്ഷ്മ വായനകളാണ് പ്രധാനമായും ഫ്രാങ്ക്
നടത്തുന്നത്. ഇത്തരമൊരനുഭവത്തിന്റെ സമാന്തരമായി ഫ്രാങ്ക് മറ്റൊര
ന്വേഷണം കൂടി നടത്തുന്നുണ്ട് വൈയക്തികവും ബൗദ്ധികവും ആധ്യാ
ത്മികവുമായ ദസ്തേവ്സ്കിയുടെ നോവൽ പ്രപഞ്ചത്തിലേക്കുള്ള
സഞ്ചാരമാണ് അത്. നോവൽ വായനകളിൽ ഫ്രാങ്കിലെ വിമർശകൻ
സദാ ജാഗരൂകമായി നിൽക്കുന്നത് കാണാം. *പാവപ്പെട്ടവർ* (*Poor Folk*)
വായിച്ച് ദസ്തേവ്സ്കിയെ ആദ്യം അഭിനന്ദിക്കുകയും പിന്നീട് ദസ്തേ
വ്സ്കിയുടെ രചനകളിൽനിന്ന് ആവുന്നത്ര ഒഴിഞ്ഞുനിൽക്കുകയും
ചെയ്ത ബെലൻസ്കിയുടെ നിലപാടുകളോട് ഒളിഞ്ഞും തെളിഞ്ഞും
ജോസഫ് ഫ്രാങ്ക് കൊമ്പുകോർക്കുന്നുണ്ട്. ഫ്രാങ്ക് എഴുതുന്നു, 'അത്
ബെലൻസ്കി സ്വയം തീരുമാനിച്ചുറപ്പിച്ച വഴിമാറി നടപ്പായിരുന്നില്ല.
അതിനു പിന്നിൽ കാലത്തിന്റെ ഗൂഢാലോചനകൂടി ഉണ്ടായിരുന്നു' എന്നാ
ണ്. രചനകളിൽ ദസ്തേയവ്സ്കി പാലിക്കുന്ന മനോനിയന്ത്രണം, ജീവി
തത്തിനോടുള്ള കടുത്ത ആസക്തി, ശിഥിലസ്വപ്നങ്ങൾ, പാപബോധം
തുടങ്ങി സർഗാത്മകതയുമായി ബന്ധപ്പെട്ടതും വൈയക്തികമായി ആഴ
ത്തിൽ വേരോടപ്പെട്ടതുമെല്ലാം ജോസഫ് ഫ്രാങ്ക് ചർച്ച ചെയ്യുന്നുണ്ട്.
അതുകൊണ്ടുതന്നെ ഈ പുസ്തകം ഒരേ കാലം ജീവിതമെഴുത്തും
ജീവിത വിമർശനവുമായി മാറുന്നു എന്നതാണ് യാഥാർഥ്യം.

ദസ്തേവ്സ്കിയെ സംബന്ധിച്ചിടത്തോളം എഴുത്തും ജീവിതവും
മാറിമാറി ഭരിക്കപ്പെടുന്ന രണ്ടനുഭവങ്ങളായിരുന്നില്ല. അത് സ്വാതന്ത്ര്യ
ത്തിലേക്കുള്ള വഴിയും ലക്ഷ്യവുമായിരുന്നുവെന്ന് ജോസഫ് ഫ്രാങ്ക് എഴു
തുന്നു. ജീവിതവുമായി ബന്ധപ്പെടുന്നതെല്ലാം എഴുത്തിലേക്കുള്ള നിക്ഷേ
പങ്ങളായിരുന്നുവെന്ന് ദസ്തേവ്സ്കി എഴുതിയിട്ടുണ്ട്. സുദീർഘമായ

യൂറോപ്യൻ യാത്ര (1863) യിൽനിന്ന് പ്രചോദനം ഉൾക്കൊണ്ടാണ്
ദസ്തേവ്സ്കി ചൂതാട്ടക്കാരൻ (*The Gambler*) എഴുതുന്നത്. യൗവന
ത്തിൽ ദസ്തേവ്സ്കിയെ ആകർഷിച്ച സോഷ്യലിസ്റ്റ് ആശയങ്ങളുടെ
നേർക്ക് പിൽക്കാലത്തുണ്ടായ കടുത്ത നിരാസത്തിൽനിന്നാണ് *അധോ
തലക്കുറിപ്പുകൾ* (*Notes from under ground*), വരുന്നത്. *കുറ്റവും
ശിക്ഷയും* (*Crime and Punishment*), *പിശാച്* (*The Devil*), *അപക്വ
യുവാവ്* (*The Raw Youth*), *കാരമസോവ് സഹോദരന്മാർ* (*Brother's
of Karamazov*)തുടങ്ങിയ നോവലുകളുടെ രചനാകാലത്തെക്കുറിച്ചും
പ്രക്ഷുബ്ധമായ മാനസിക നിലയെക്കുറിച്ചും രാഷ്ട്രീയാവസ്ഥകളെക്കു
റിച്ചും ജോസഫ് ഫ്രാങ്ക് ആഴത്തിൽ നിരീക്ഷിക്കുന്നുണ്ട്.

ദൈവവിശ്വാസത്തിന്റെയും മതത്തിന്റെയും കലങ്ങിമറിച്ചിലുകൾ
കുട്ടിക്കാലം മുതൽക്കേ ദസ്തേവ്സ്കിയെ വല്ലാതെ ക്ലേശിപ്പിച്ചിട്ടുണ്ട്.
പെട്രോഷ്സ്കിയിൽ നടന്ന ചർച്ചകളിൽ ദസ്തേവ്സ്കി തന്റെ അചഞ്ച
ലമായ വിശ്വാസം വ്യക്തമാക്കുകയും അതിനെക്കുറിച്ച് ധൈര്യത്തോടെ
എഴുതുകയും ചെയ്തിട്ടുണ്ട്. ക്രിസ്തുവുമായി ബന്ധപ്പെട്ടതെല്ലാം ദസ്തേ
വ്സ്കി പാവനമായി കരുതി. അത് വിശ്വാസത്തിന്റെ പകരം വയ്ക്കാനാ
കാത്ത ഒരാനന്ദമായിരുന്നു. *അപരൻ* ഉൾപ്പെടെയുള്ള നോവലുകളിൽ
പ്രത്യക്ഷപ്പെടുന്ന കഥാപാത്രങ്ങളുടെ വിചിത്രവും അപകടകരവുമായ
മനോനിലകളുടെ അടിത്തട്ടിൽ ക്രിസ്തുവിന്റേതായൊരു വഴിയും വെളി
ച്ചവും കണ്ടെത്താനാകുമെന്ന് ജോസഫ് ഫ്രാങ്ക് അടയാളപ്പെടുത്തുന്നത്
ശ്രദ്ധേയമാണ്. വധശിക്ഷയ്ക്ക് വിധിക്കപ്പെട്ട് സെമൊവ് മൈതാനത്തിൽ
നിൽക്കുമ്പോഴും മരണത്തിൽനിന്ന് അത്ഭുതകരമായി രക്ഷപ്പെട്ടപ്പോഴും
ദസ്തേവ്സ്കി വിളിച്ചുപറഞ്ഞത് ക്രിസ്തുവിന്റെ മഹാ കാരുണ്യത്തെ
ക്കുറിച്ചായിരുന്നു. റസ്കൽ നിക്കഫിന്റെയും ഗൊല്യാദ്കിന്റെയും
മിഷ്കിൻ രാജകുമാരന്റെയും ഇതിഹാസ സമാനമായ ജീവിതങ്ങൾ അത്
ആഴത്തിൽ ഓർമിപ്പിക്കുന്നുവെന്ന് ജോസഫ് ഫ്രാങ്ക് കൂട്ടിച്ചേർക്കുമ്പോൾ
ദസ്തേവ്സ്കിയുടെ എഴുത്തു ജീവിതത്തിലേക്ക് ഇനിയും ചില കവാട
ങ്ങൾ തുറന്നു കിടക്കുന്നുവെന്ന് നമുക്ക് തിരിച്ചറിയാനാകും. ഇത്
ഫ്രാങ്കിലെ വിമർശകന്റെ ചരിത്രപരമായ ദൗത്യം കൂടിയായിരുന്നുവെന്ന്
നമുക്ക് വായിച്ചെടുക്കാനാകും. അസാധാരണമായൊരു വായനാനുഭവ
മാണ് *ദസ്തേവ്സ്കി എ റൈറ്റർ ഇൻ ഹിസ് ടൈം*. ഇതൊരു സംസ്കാ
രത്തിന്റെ തുറന്നുവച്ചിരിക്കുന്ന വലിയ മനസാണ്. തത്വചിന്തയും ചരി
ത്രവും ആസക്തിയും നിരാസവും ആനന്ദവും ശിഥിലസ്വപ്നങ്ങളും
കൊണ്ട് കൊരുത്തെടുത്ത വിശുദ്ധമായ ഈ പുസ്തകം കാലത്തിന്റെ
അനശ്വരമായ സ്മാരകം കൂടിയാണ്.

ദസ്തേവ്സ്കിയുടെ സുഹൃത്ത് വ്ളാദ്മിർ സൊളോ വ്യോമാന്റെ വാക്കുകൾ ഇവിടെ ഓർമിക്കാവുന്നതാണ്. "നമുക്ക്, നഷ്ടപ്പെട്ടത് ഒരെഴു ത്തുകാരനെ അല്ല. ഒരാത്മീയ നേതാവിനെയാണ്." വ്ളാദ്മിർ സൊളോ വ്യോമാന്റെ വാക്കുകൾ വികാരത്തിന്റേത് മാത്രമായിരുന്നില്ല. അതൊരു സംസ്കാരത്തിന്റെ നഷ്ടത്തെക്കുറിച്ചുള്ള വിലാപം കൂടിയായിരുന്നു.

Dostoevsky
A Writer in his time
Edited by - Mary Petrusewiz

7

ഓർമകളുടെ ഗന്ധമാദനങ്ങൾ
ദാരിയോഫോ മൈ ഫസ്റ്റ് സെവൻ ഇയേഴ്സ്

ദാരിയോഫോ

ഇറ്റാലിയൻ നാടകവേദിയിലെ അതികായനായ ദാരിയോ ഫോയ്ക്ക് ഒരാമുഖം ആവശ്യമില്ല. 'പ്രവചനങ്ങളുടെ കൂട്ടുകാരൻ' എന്നാണ് സമകാലികർ ഫോയെ വിശേഷിപ്പിക്കുന്നത്. ഫോയുടെ രംഗ ഭാഷയ്ക്ക് കാലത്തിന്റെ തീവ്രമായ അഭിനിവേശങ്ങളും മനുഷ്യബന്ധങ്ങളുടെ വൈയക്തികമായ അനുഭൂതികളു മുണ്ടായിരുന്നു. ഇടതുപക്ഷ സഹയാത്രികനായ ഫോ ഇറ്റ ലിയിലെ രാഷ്ട്രീയ നിലപാടു കൾക്ക് നേരെ ഒളിഞ്ഞും തെ ളിഞ്ഞും നടത്തിയ ആക്രമണ പദ്ധതികളെല്ലാം പൂർത്തീക രിച്ചത് സ്വതന്ത്രവും നീതിയു ക്തവുമായ നാടകങ്ങളിലൂടെ യായിരുന്നു. പോരാടാൻ എനി ക്കൊരു തോക്കും വേദിയും

വച്ചു നീട്ടിയാൽ ഞാൻ സ്വീകരിക്കുക വേദിയായിരിക്കുമെന്ന് നോബൽ സമ്മാനം (1997) സ്വീകരിച്ചുകൊണ്ട് ഫോ വിളിച്ചു പറഞ്ഞു. മറയില്ലാതെ

എന്തും വിളിച്ചുപറയുകയും വിളിച്ചു പറയുന്നത് അതിതീവ്രമായി രംഗ
ത്തവതരിപ്പിക്കാൻ ധൈര്യപ്പെടുകയും ചെയ്ത ഫോയുടെ കടുത്ത നില
പാടുകൾക്കുമുന്നിൽ കാലത്തിന് പലപ്പോഴും നിശ്ശബ്ദ സാക്ഷിയാകേ
ണ്ടിവന്നിട്ടുണ്ട്. 1977 ൽ ഫോ എഴുതി സംവിധാനം ചെയ്ത *മിസ്റ്റർ
ബുഫോ* (Mr. Buffo) എന്ന നാടകം യൂറോപ്പിനെയാകെ അസ്വസ്ഥമാ
ക്കുകയും കത്തോലിക്കാസഭ നേരിട്ട് ഫോക്കെതിരെ യുദ്ധം പ്രഖ്യാപി
ക്കുകയും ചെയ്തു. അധികാരികൾക്കും ചുങ്കക്കാർക്കുമെതിരെ
കുരിശുയുദ്ധം നടത്തുന്ന പുതിയ ക്രിസ്തുവിലൂടെ പുതിയ സുവിശേഷം
അവതരിപ്പിക്കുകയായിരുന്നു ഈ നാടകത്തിലൂടെ ഫോ. ഇതേ അനുഭ
വത്തിന്റെ മറുപുറത്തിൽ നിന്നുകൊണ്ടാണ് *ത്രോ ദി ലേഡി ഔട്ട്* (Throw
the lady out) എന്ന നാടകം ഫോ അവതരിപ്പിക്കുന്നത്. ഇതിൽ അമേ
രിക്കൻ മുതലാളിത്തത്തെയും അതിനുള്ളിലെ വങ്കത്തരങ്ങളെയും നിയോ
ലിബറലിസത്തെയും കറുത്ത നർമം കലർത്തിയാണ് ഫോ പരിഹസി
ക്കുന്നത്. 1980 ൽ അമേരിക്ക സന്ദർശിക്കാനുള്ള വിസ നിഷേധിച്ചുകൊ
ണ്ടാണ് അമേരിക്കൻ ഭരണകൂടം ഫോയ്ക്ക് എതിരെ പ്രതിഷേധിച്ചത്.
ഇതിനെക്കുറിച്ച് ഫോ പറഞ്ഞത് ആകാശം ഇടിഞ്ഞു വീഴുന്നതൊഴിച്ചാൽ
ബാക്കിയൊന്നും തന്നെ ഒരിക്കലും അസ്വസ്ഥപ്പെടുത്തിയിട്ടില്ലയെന്നും
അനർഹമായത് നേടിയെടുക്കുക, അതിനുവേണ്ടി വേദി ഉപയോഗപ്പെടു
ത്തുക – ഇവയൊന്നും തന്റെ ലക്ഷ്യങ്ങളല്ലെന്നുമാണ്.

ലഘുനാടകങ്ങളിലൂടെയും കോമിക് മിസ്റ്ററികളിലൂടെയും രംഗഭാ
ഷയിൽ നവീനമായൊരു ചിന്താധാര ആദ്യമായി അവതരിപ്പിച്ചതിന്റെ
ചങ്കൂറ്റം ഫോയ്ക്ക് അവകാശപ്പെട്ടതാണ്. *ഒരു അരാജകവാദിയുടെ അപ
കട മരണ* (Accidental Death of an Anarchist) മാണ് ഫോയുടെ
ശ്രദ്ധേയമായ നാടകങ്ങളിലൊന്ന്. മിലാനിലെ പൊലീസ് കമ്മീഷണറാ
യിരുന്ന കാലോബ്രെധിയുടെ കൊലപാതകമാണ് നാടകരചനയിലേക്ക്
ഫോയെ വഴി നടത്തിയത്. വധവുമായി ബന്ധപ്പെട്ട അന്വേഷണത്തിനൊ
ടുവിൽ പൊലീസുകാർ ഒരാളെ പിടികൂടുന്നു. ഭ്രാന്തനെന്നു കരുതി
പൊലീസ് പിടിക്കുന്ന പ്രധാന കഥാപാത്രം അധികാരി വർഗത്തിനെതിരെ
നീങ്ങുകയും യഥാർഥ പ്രതികൾ അവരാണെന്ന് സ്ഥാപിക്കുകയുമാണ്
ഫോ ഈ നാടകത്തിലൂടെ. അധികാരത്തിന്റെ വിഴുപ്പുചാലുകളെയും
അതിൽ അഭിരമിച്ചു ജീവിക്കുന്നവരുടെ വികലചിന്തകളെയും നഖശി
ഖാന്തം എതിർക്കുകയും അവരുടെ തുരുമ്പുപിടിച്ച ആയുധങ്ങൾക്ക്
നേരെ തന്റെ കഥാപാത്രങ്ങളിലൂടെ നിറയൊഴിക്കുകയുമാണ് ഫോ. നിയ
മങ്ങളുടെ മൂല്യത്തകർച്ച, സാമൂഹ്യജീവിതത്തിൽ നിരന്തരം സംഭവിച്ചു
കൊണ്ടിരിക്കുന്ന സാംസ്കാരിക അധഃപതനം, പാരമ്പര്യത്തിലേക്കുള്ള
തിരിച്ചുപോക്ക്, സമകാലിക ജീവിതത്തെക്കുറിച്ചുള്ള ആശങ്കകളും പ്രതീ
ക്ഷകളും തുടങ്ങി സാമൂഹ്യജീവിതം വച്ചുനീട്ടുന്ന ഉഷ്ണകാലങ്ങളെ
മുൻനിർത്തിയാണ് ഫോ നാടകരചനകൾക്കാവശ്യമായ ഇതിവൃത്തങ്ങൾ
സ്വീകരിക്കുന്നത്. "കഥാപാത്രങ്ങൾ മാത്രമല്ല, അവർക്കൊപ്പം അരങ്ങിൽ

ഒഴുകിപ്പരക്കുന്ന കാലവും ചലിക്കണം. എങ്കിൽ മാത്രമേ രംഗത്തിനു ജീവനുണ്ടാകുകയുള്ളൂ" ഫോ എഴുതി. അരങ്ങിന്റെ ചലനാത്മകതയെ ക്കുറിച്ച് എഴുതുകയും വിദ്യാർഥികൾക്ക് വേണ്ടി നാടക പരിശീലന ക്ലാസെടുക്കുകയും ക്യാമ്പുകൾ സംഘടിപ്പിക്കുകയും ചെയ്യാൻ ധൈര്യ പ്പെട്ട മറ്റൊരാൾ ഫോയെപ്പോലെ നാടകചരിത്രത്തിൽ അധികം പേരുണ്ടോ എന്നു സംശയമാണ്.

എഴുത്തുജീവിതംപോലെ തന്നെ വിചിത്രമായൊരനുഭവമാണ് ഫോയുടെ കുടുംബജീവിതവും. 'അത്ഭുതങ്ങളുടെയും ആരവങ്ങളുടെയും ഒരു ജലയാത്ര' എന്നാണ് ഫോ ഇതിനെ വിശേഷിപ്പിക്കുന്നത്. ഇറ്റലി യിലെ ശ്രദ്ധേയമായൊരു കലാകുടുംബത്തിലെ അംഗമായ ഫ്രാൻകെ റെമെ എന്ന പെൺകുട്ടിയെ പരിചയപ്പെട്ടതുമുതലാണ് ഫോയുടെ സർഗാ ത്മക വ്യക്തിത്വം കൂടുതൽ പ്രകാശമാനമാകുന്നത്. മിലാനിലെ പിക്കാസോ തിയേറ്ററിനുവേണ്ടി ഇരുവരും ചേർന്ന് തയാറാക്കിയ രംഗ പാഠങ്ങൾ യൂറോപ്പിലാകെ പുതിയ ചിന്തയുടെ തീപടർത്തി. അറുപതു കളിലും എഴുപതുകളിലുമായി ഫോ നടത്തിയ പരീക്ഷണ നാടകങ്ങളി ലൂടെയും ടെലിവിഷൻ പ്രോഗ്രാമുകളിലൂടെയും പ്രത്യക്ഷപ്പെട്ട ഫോയുടെ 'ഐഡിയോളജി' കടുത്ത എതിർപ്പുകളാണ് ക്ഷണിച്ചുവരുത്തിയത്. ഇത്തരം സമരാനുഭവങ്ങൾക്കിടയിൽ നിൽക്കുമ്പോഴാണ് ഫോ ഓർമ ക്കുറിപ്പുകളെക്കുറിച്ചു ചിന്തിച്ചുതുടങ്ങുന്നത്. "ഓർമയെഴുത്ത് റിലാക്സേ ഷനല്ല; അത് മറ്റൊരു സംഘർഷഭൂമിയിലേക്കുള്ള ഹൃദ്യമായ ക്ഷണ മാണ്" എന്നാണ് ഓർമയെഴുത്തിനെക്കുറിച്ച് ചോദിച്ച പത്രപ്രവർത്തക രോട് ഫോ പറഞ്ഞത്. ദാരിയോ ഫോയുടെ ഓർമക്കുറിപ്പുകളുടെ ആദ്യ ഭാഗമാണ് *എന്റെ ആദ്യത്തെ ഏഴു വർഷങ്ങൾ - കൂടെ അൽപ്പം കൂടി* (*My first Seven Years - Plus a few more*) ഓർമക്കുറിപ്പുകൾ പ്രസി ദ്ധീകരിച്ചപ്പോൾ, ഫോയുടെ ഭാഷയിൽ പറഞ്ഞാൽ, തന്റെ 'സിവി ലൈസ്ഡ് റീഡേഴ്സ്' ആവേശത്തോടെയാണ് ആ പുസ്തകം സ്വീകരി ച്ചത്. ഇതെന്നെ അത്ഭുതപ്പെടുത്തുകയും ഭയപ്പെടുത്തുകയും ചെയ്തു വെന്ന് ഫോ പറയുന്നു. ഫാക്ടറി തൊഴിലാളികളും നിത്യജീവിതത്തിനു വേണ്ടി ഏതെങ്കിലുമൊക്കെ തൊഴിലുകളിൽ ഏർപ്പെടുന്നവരുമാണ് തന്റെ നാടകങ്ങൾ ആസ്വദിക്കാറുള്ളതെന്ന് ഫോ എഴുതിയിട്ടുണ്ട്. ഫോയുടെ നാടകാസ്വാദക സമൂഹം വർധിത വീര്യത്തോടെയാണ് ഓർമക്കുറിപ്പു കളെ സ്വീകരിച്ചത്. എല്ലാം തുറന്നുപറയുന്ന നല്ലവൻ എന്നാണ് ഒരു വായനക്കാരൻ ഓർമക്കുറിപ്പുകൾ വായിച്ചശേഷം ഫോയെ വിശേഷിപ്പി ച്ചത്. എഴുത്തുകാരിൽ നിന്നെല്ലാം വിശിഷ്യാ നാടകകൃത്തുകളിൽ നിന്നും ഫോയെ വ്യത്യസ്തനാക്കുന്നതെന്ത് എന്ന ലളിതമായ ചോദ്യത്തിന് അതിലളിതമായ ഉത്തരമാണ് ഈ ഓർമപ്പുസ്തകം. ഒരു കുട്ടിയുടെ നിഷ്കളങ്കതക്ക് എന്തുമാത്രം ഭംഗിയുണ്ടാകുമോ അത്രമാത്രം ഭംഗി ഈ പുസ്തകത്തിൽനിന്നും പ്രതീക്ഷിക്കാമെന്ന് ആമുഖമായി ഫോ എഴുതു മ്പോൾ നാമറിയാതെ തന്നെ നമ്മിലെ വായനക്കാരൻ ഈ പുസ്തകം

സ്വീകരിച്ചു കഴിഞ്ഞിരിക്കും. റഷ്യൻ കലാകാരനായ നിക്കോളാസ് റോറി ച്ചിന്റെ വിശ്രുതമായ കലാനിർവചന (Joy of Art)ത്തോട് ഫോയുടെ കലാസപര്യക്ക് അഭിജാതമായൊരു ബന്ധമുണ്ടെന്ന് ഈ പുസ്തകത്തി ലൂടെ കടന്നുപോകുമ്പോൾ തിരിച്ചറിയാനാകും. അത് കലയിൽ കലാ കാരൻ സമർപ്പിക്കുന്ന സത്യസന്ധത തന്നെയാണ്. അരങ്ങിലും അണി യറയിലും സത്യസന്ധനായി ജീവിച്ചിരിക്കാൻ ധൈര്യപ്പെട്ട ഒരു മനു ഷ്യന്റെ പച്ചയായ ഓർമകളുടെ ശരിപ്പകർപ്പാണ് *എന്റെ ആദ്യത്തെ ഏഴു വർഷങ്ങൾ.*

1926 മാർച്ചിൽ വടക്കേ ഇറ്റലിയിലെ ഗ്യൂനോസാൻ ഗ്യാമേവിലാണ് ഫോ ജനിച്ചത്. ഏകാന്തതയും ഭീതിയും വിചിത്ര സ്വപ്നങ്ങളും കൊണ്ടുനിറഞ്ഞ കുട്ടിക്കാലമായിരുന്നു ഫോയുടേത്. രണ്ടാം ലോകമ ഹായുദ്ധകാലത്ത് മുസ്സോളിനിയുടെ നേതൃത്വത്തിൽ രൂപംകൊണ്ട നിർബ ന്ധിത സൈനിക സംഘത്തിൽനിന്ന് അത്ഭുതകരമായി രക്ഷപ്പെട്ട ഫോ നേരെ ചെന്നെത്തുന്നത് വാസ്തുവിദ്യാ കലാശാലയിലാണ്. അവിടത്തെ കലാപഠനങ്ങൾ ഫോയെ പുതിയ അരങ്ങുകളിലേക്ക് വഴിനടത്തി. റെയിൽവേ ജീവനക്കാരനായ പിതാവിന്റെ ഔദ്യോഗിക ജീവിതയാത്ര കൾക്കൊപ്പം ഇറ്റലിയിലെ ഗ്രാമങ്ങളിൽ താമസിക്കാനും അവിടുത്തെ നിറംകെട്ട ജീവിതങ്ങൾ ആഴത്തിൽ പഠിക്കുവാനും കഴിഞ്ഞത് ഫോയെ പിൽക്കാലത്ത് കൂടുതൽ കരുത്തനാക്കുകയാണ് ചെയ്തത്. ഫോ എഴു തുന്നു: "ഗ്രാമങ്ങളിലെ ജീവിതം, അത് ആസ്വദിക്കേണ്ടത് തന്നെയാണ്. ഒറ്റയൊറ്റ മനുഷ്യരെ നമുക്കവിടെ കാണുവാൻ കഴിയില്ല. മനുഷ്യർ കൂട്ടം ചേരുമ്പോൾ അവിടെനിന്ന് സ്നേഹത്തിന്റെ സംഗീതം ഉയരുന്നത് ഞാൻ വ്യക്തമായി കേട്ടിട്ടുണ്ട്." ഗ്രാമീണ ജീവിതത്തിന്റെ ശരിപ്പകർപ്പുകളിൽ നിന്നാണ് ഫോ അരങ്ങിന്റെ തുറന്ന മനസുകളിലേക്ക് വരുന്നത്. അവിടെ പ്രത്യക്ഷപ്പെടുന്ന മനുഷ്യർക്ക് കഥാപാത്രങ്ങളുടെ വേഷപ്പകർച്ചകളില്ല. അവർക്ക് ലോകത്തിന്റെ കാപട്യം മുഴുവൻ ഉള്ളിലൊതുക്കി പൊട്ടിച്ചിരി ക്കാനാവില്ല. അവരുടെ ആർജിത വ്യക്തിത്വം അവരുടെ മനഃസാക്ഷിയാ ണ്. അതൊരു കണ്ണാടിയാണ്. അതിൽ കാണുന്നതെന്തും അവർ തുറ ന്നുപറയും. "നിങ്ങളുടെ കാഴ്ചയ്ക്കും കേൾവിക്കും മുറിവേൽക്കുന്നെ ങ്കിൽ നിങ്ങളവിടെനിന്ന് ഓടിപ്പോവുക" ഫോ കൂട്ടിച്ചേർക്കുന്നു.

കുട്ടിക്കാലം മുതൽക്കേ കുട്ടികളോടും മുതിർന്നവരോടും കഥ പറ യാൻ ഒരു പ്രത്യേക സാമർഥ്യം തനിക്കുണ്ടായിരുന്നതായി ഫോ ഓർമി ക്കുന്നുണ്ട്. കടങ്കഥകളിൽ തുടങ്ങി ക്ലാസിക്കുകൾ വരെ നീളുന്നതായി രുന്നു ഫോയുടെ കഥാലോകം. അവിടെ കഥ കേൾക്കാനെത്തുന്നവരുടെ പ്രായത്തിനും വിവേകത്തിനുമനുസരിച്ച് ഉപ്പും എരിവും കൂട്ടിയാണ് ഫോ കഥ പറയുന്നത്. പിൽക്കാലത്ത് മിലാനിലെ പിക്കാസോ തിയറ്ററിനുവേണ്ടി ലഘുനാടകങ്ങൾ എഴുതുന്ന അവസരങ്ങളിൽ ഈ കഥപറച്ചിലുകൾ തന്നെ അനുഗ്രഹിച്ചിട്ടുണ്ടെന്ന് ഫോ ഓർമിക്കുന്നുണ്ട്.

ഏകാന്തതപോലെ തന്നെ ഫോയെ കടുത്ത മാനസിക സംഘർഷ

ത്തിലേക്ക് തള്ളിയിട്ട ഒരനുഭവമായിരുന്നു യുദ്ധം. സോഷ്യലിസ്റ്റ് പാർട്ടി
യുടെ പ്രധാന പ്രവർത്തകനായിരുന്ന പിതാവിന്റെ ധീരമായ നിലപാടു
കളും ഫാസിസ്റ്റുകളും ഒളിപ്പോരാളികളും തമ്മിൽ നടന്ന സംഘട്ടന
ങ്ങളും ഫോയെ ഒരേകാലം ആകർഷിക്കുകയും ഭയപ്പെടുത്തുകയും
ചെയ്തു. താൻ വാസ്തുവിദ്യ പഠിച്ച മിലാനിലെ പ്രാക്തന സംസ്കാര
ങ്ങൾ ഓരോന്നായി ബോംബിങ്ങിൽ തകർന്നു തരിപ്പണമായതു ഫോയെ
വല്ലാത്ത വിഷമത്തിലാക്കി. മിലാൻ നഗരത്തിന്റെ തകർച്ച തന്റെ സ്വപ്ന
ങ്ങളുടെ തകർച്ച കൂടിയായിരുന്നുവെന്നും അതു കാണേണ്ടിവന്നു എന്ന
താണ് ജീവിച്ചിരുന്നതിന് കാലം തനിക്ക് തന്ന കനത്ത ശിക്ഷയെന്നും
ഫോ തുറന്നെഴുതുന്നു. പലായനത്തിനും മരണത്തിനുമിടയിൽ ഒറ്റപ്പെട്ടു
പോയ ചെറുദ്വീപുകൾ പോലെയായിരുന്നു ഇറ്റലിയിലെ മനുഷ്യർ. അവ
രുടെ നിലവിളി അവർക്ക് മാത്രം കേൾക്കാവുന്ന ദൂരത്തിലായിരുന്നു. അവ
രുടെ നിഷ്കളങ്ക ജീവിതത്തെ ആരാണ് പാപത്തിലേക്ക് കെട്ടിത്താഴ്ത്തി
യത് എന്ന് ഫോ വിളിച്ചുചോദിക്കുന്നു. അരാജകത്വത്തിന്റെ നാൾവഴിക
ളിൽ ഒറ്റപ്പെട്ടുപോയ മനുഷ്യസ്നേഹിയായ ഒരെഴുത്തുകാരനെ, ഓർമ
കൾക്കിടയിൽനിന്ന് നമുക്കെളുപ്പം തിരിച്ചറിയാൻ കഴിയുന്നത് കാല
ത്തിന്റെ മഹാകാരുണ്യം കൊണ്ടുമാത്രമാണ്.

ഫോ എഴുതുന്നു: "ഭംഗിയുള്ള നാളുകൾ എന്തെങ്കിലും ഓർത്തെ
ടുക്കാനുണ്ടെങ്കിൽ അത് കുട്ടിക്കാലത്തേത് മാത്രമാണ്. പ്രത്യേകിച്ച്
പ്രകൃതി സുന്ദരമായ മാഗിയോറി കായൽക്കരയിലെ താൻ ജനിച്ചു വളർന്ന
സാന്റിഗായോനോഗ്രാമം." ഫോയുടെ ജ്വാലമുഖമുള്ള ഓർമകൾ സമാ
രംഭിക്കുന്നത് ഒരു ഗ്രാമത്തിന്റെ വിശുദ്ധിയിൽനിന്നാണ്. പിതാവിന്റെ
ഔദ്യോഗിക ജീവിതത്തിലെ വഴിയമ്പലങ്ങളിൽ ഒന്നുമാത്രമായ ഈ ഗ്രാമ
ത്തിൽ ജനിക്കാൻ കഴിഞ്ഞത്, ജീവിതത്തിൽ ഒരിക്കലും മറക്കാൻ കഴി
യാത്ത അനുഗ്രഹങ്ങളിലൊന്നാണെന്ന് ഫോ എഴുതുന്നു. ഫോയുടെ
രചനകളിലുടനീളം വിശുദ്ധമായ ഒന്നിനെ (അത് സ്ഥലവും കാലവുമായി
ബന്ധപ്പെട്ടതായിരിക്കും) തേടുന്ന അസ്വസ്ഥമായ ഒരു മനസിനെ നമുക്ക്
അനുഭവിക്കാനാകും. "വിശുദ്ധ ജന്മങ്ങളുടെ തുടർച്ചകൾക്ക് വേണ്ടി ദാഹി
ച്ചുകിടന്ന ഒരു ഗ്രാമമായിരുന്നു സാന്റിഗായോനോ. ഇവിടുത്തെ പ്രഭാത
ങ്ങളും പ്രദോഷങ്ങളും എനിക്കൊരുപാട് പാരിതോഷികങ്ങൾ തന്നിട്ടു
ണ്ട്. ഇതിനെല്ലാം കാരണക്കാരി എന്റെ അമ്മയാണ്. ഈ ഗ്രാമത്തിൽ
വെച്ച് എന്നെ പ്രസവിച്ചില്ലായിരുന്നുവെങ്കിൽ എന്റെ ജീവിതം തന്നെ
അർഥശൂന്യമായിപ്പോകുമായിരുന്നു." ഫോ എഴുതി. സുഹൃത്തും ബന്ധു
വുമായ ബ്രൂണോയുടെ പ്രണയിനിയായ ബെദേലിയെക്കുറിച്ച് ഫോ എഴു
തുന്നുണ്ട്. "അവൾക്ക് ഭംഗി മാത്രമല്ല ഉണ്ടായിരുന്നത്. സുഗന്ധവുമു
ണ്ടായിരുന്നു. അവളോട് ചേർന്നിരിക്കുമ്പോൾ എനിക്കത് അനുഭവപ്പെട്ടി
ട്ടുണ്ട്!" അനുഭവങ്ങളുടെ പുതിയ പുതിയ ഗന്ധമാദനങ്ങൾ തേടി നടന്ന
കുട്ടിക്കാലത്തെക്കുറിച്ചുള്ള ഓർമകൾ ഒരു ലഹരിപോലെ ഫോയ്ക്കു

ള്ളിൽ വീണ്ടും നിറഞ്ഞുകത്തുന്ന കാഴ്ച ഈ ഓർമക്കുറിപ്പുകൾ തരുന്ന അപൂർവമായൊരു വിരുന്നാണ്.

ഓർമക്കുറിപ്പുകളുടെ ആദ്യഭാഗം ഫോയുടെ ജീവിതത്തിലേക്കുള്ള ഒരു തിരനോട്ടം മാത്രമാണ്. സംഭവബഹുലവും ആകസ്മികതകളും നിറഞ്ഞ പടുകൂറ്റൻ സ്റ്റേജുകൾ രണ്ടാംഭാഗത്തിൽ പ്രതീക്ഷിക്കാമെന്നു ള്ളതിന്റെ സൂചനകൾ ഈ ഓർമപ്പുസ്തകത്തിലുണ്ട്. ഫോ എഴുതുന്നു. "ഓർമകൾക്ക് പിറകെ നടക്കുമ്പോൾ ഓർമകളുടെ ഔദാര്യം മാത്രമേ നമുക്ക് അവകാശപ്പെടാനാകൂ. അതുകൊണ്ട് ഞാനിപ്പോൾ ഓർമകൾക്ക് മുമ്പേ കയറിയാണ് നടക്കുന്നത്. എന്റെ പിന്നാലെ ഓർമകൾ വന്നുകൊ ള്ളും." അപ്രതീക്ഷിതമായി എത്തിയ യുദ്ധം, പലായനം, രോഗങ്ങൾ, വെടിയൊച്ചകൾ, നാടകമെഴുത്ത്, അവതരണം, പിതാവുമൊത്തുള്ള യാത്രകൾ, ജന്മഗ്രാമത്തെക്കുറിച്ചുള്ള വികാര സാന്ദ്രമായ സ്മരണകൾ, സുഹൃത്തുക്കൾ തുടങ്ങി ജീവിതമെന്ന മഹാനാടകത്തിനാവശ്യമായ അനുഭവങ്ങളെല്ലാം ഈ ഓർമപ്പുസ്തകത്തെ സജീവമാക്കുന്നു. സ്വന്തം ജീവിതത്തെ നാടകമാക്കിയ ഫോ, ഭൂമിയിൽ അവശേഷിക്കുന്ന അവ സാന വേദിയിലും താനുണ്ടാകുമെന്ന് നമുക്ക് ഉറപ്പുതരുമ്പോൾ ആ പ്രതി ഭാശാലിക്കു മുമ്പിൽ കാലത്തിനൊപ്പം നമുക്കും ശിരസ്സു നമിക്കേണ്ടി വരുന്നു.

My First Seven Years
(Plus a few more)
Dariofo
Thomas Dunne Books
Newyork

8

സാക്കിസ് ചരിത്രത്തെ വിഭജിക്കുമ്പോൾ
കസൻദ് സാക്കീസ് *ജേർണി ടു ദി മോറിയ*

കസൻദ് സാക്കീസ്

നിങ്ങൾ എഴുതാനിരിക്കു മ്പോൾ നിങ്ങളുടെ സകല പാരമ്പര്യങ്ങളും വളരെ വളരെ പിറകിലുള്ള ഹോമർ വരെ നിങ്ങളുടെ അസ്ഥിക ളിൽ അനുഭവപ്പെടും.

വെർജീനിയ വുൾഫ്

എഴുത്തുകാരന്റെ മരണം ആഘോഷിക്കപ്പെടേ ണ്ടതാണോ എന്ന ചോദ്യ ത്തിന് മാരിയോവാർഗസ് യോസ പറയുന്ന മറുപടി ആഘോഷിക്കണം എന്നാണ്. കാരണം എഴുത്തുകാരൻ എന്നും ആഘോഷത്തിലാണ്. അല്ലെങ്കിൽ എഴുത്തുകാരൻ ഒരാഘോഷമാണ്. അപ്പോൾ മരണ സന്ദർഭത്തിൽനിന്നു മാത്രം 'ആഘോഷ'ത്തെ അടർത്തിമാറ്റുന്നതെന്തിനാണ് എന്നാണ് യോസ തുടർന്ന് ചോദിക്കുന്ന ത്. യോസയുടെ വാക്കുകൾ ചരിത്രം തിരിച്ചറിഞ്ഞ ഒരനുഭവത്തെ അടി സ്ഥാനമാക്കിയുള്ള ഒന്നായിരുന്നുവെന്ന് കസൻദ് സാക്കീസിന്റെ വിലാ

പയാത്ര നമ്മെ ഓര്‍മപ്പെടുത്തുന്നു. അത് ചരിത്രത്തിലെ കണ്ണീരു വീണു നനഞ്ഞ ഒരധ്യായമായിരുന്നു. അത് നീതി നടപ്പിലാക്കിയ കാലത്തിനു നേരെ സാക്കീസിന്റെ ആരാധകര്‍ നടത്തിയ പ്രതിഷേധമായിരുന്നു. അത് ഏഥന്‍സിന്റെ വിശുദ്ധ കുമ്പസാരം കൂടിയായിരുന്നു.

കസന്ദ്‍ സാക്കിസിന്റെ ഭൗതികശരീരത്തിനോട് ഗ്രീസ് ഓര്‍ത്ത ഡോക്സ് ചര്‍ച്ച് കാട്ടിയ അനാദരവ് നീതീകരിക്കാവുന്ന ഒന്നായിരുന്നില്ല. മൃതശരീരത്തിനെ ആദരിച്ചില്ല എന്നു മാത്രമല്ല, കടുത്ത നിന്ദാവചനങ്ങളാല്‍ പരിഹസിക്കുകയും ചെയ്തു. തുടര്‍ന്ന് ജറാക്ലിയോണിലെ കത്തീഡ്രലില്‍ പൊതുദര്‍ശനത്തിന് വച്ചശേഷം മൃതദേഹം ചരിത്രത്തിലിതുവരെ കണ്ടിട്ടില്ലാത്ത ജനാവലിയുടെ സാന്നിധ്യത്തില്‍ ദേശീയ ബഹുമതികളോടെ വെനീഷ്യന്‍ കോട്ടയ്ക്കുള്ളില്‍ സംസ്കരിക്കുകയും ചെയ്തു. മരണവും മൃതശരീരത്തിനോട് കാട്ടുന്ന അനാദരവും സംസ്കാരച്ചടങ്ങുകളില്‍ പാലിക്കുന്ന കുലീനതയാര്‍ന്ന നിലപാടുകളും ചരിത്രത്തില്‍ ഒറ്റപ്പെട്ട സംഭവങ്ങളല്ല. കസന്ദ്‍ സാക്കിസിനു മുമ്പും പിന്‍പും കാലം നടപ്പിലാക്കിക്കഴിഞ്ഞ (കൊണ്ടിരിക്കുന്ന) മനുഷ്യത്വരഹിതമായ അനുഭവസാക്ഷ്യങ്ങള്‍ നമുക്ക് മുന്നിലുണ്ട്. പക്ഷേ, തിരസ്കരിക്കുന്നതിലൂടെ കൂടുതല്‍ പുരസ്കരിക്കപ്പെടുക കൂടിയായിരുന്നുവെന്നതിന്റെ ദൃശ്യഭാഷയാണ് സാക്കിസിന്റെ വിലാപയാത്ര. അത് സാഹിത്യ ചരിത്രത്തിനു പുറത്തുനിന്നു കേട്ട വിലാപകാവ്യമായിരുന്നു. സാക്കിസിന്റെ സമകാലീനനായ ഒരെഴുത്തുകാരന്‍ പറഞ്ഞത് ഗ്രീസിലെ മരിച്ചവരും ജീവിക്കുന്നവരും ഇനി ജനിക്കുന്നവരും ഒരേ ഹൃദയത്തോടെ പങ്കെടുത്ത വിലാപയാത്ര എന്നാണ്. അത് ചരിത്രത്തിലേക്ക് പ്രവേശിച്ച ഇതിഹാസ ജീവിതത്തിന്റെ എഴുന്നള്ളത്തായിരുന്നു.

നിക്കോസ് കസന്ദ്‍ സാക്കിസിന്റെ *ജേര്‍ണി ടു ദി മോറിയ (Journey to the Morea)* എന്ന യാത്രാ പുസ്തകം വായിച്ചുമടക്കുമ്പോള്‍ ആദ്യം ഓര്‍മയിലെത്തിയത് സാക്കിസിന്റെ മൃതദേഹവും വഹിച്ചുകൊണ്ട് ഒരു സംസ്കാരം നടത്തിയ വിലാപയാത്രയായിരുന്നു. വിലാപയാത്രയും സാക്കിസിന്റെ യാത്രാനുഭവങ്ങളും തമ്മിലൊരു അഭിജാതബന്ധമുണ്ട്. ഓര്‍മവച്ച നാള്‍ മുതല്‍ സാക്കിസ് നടന്ന ഗ്രീസിന്റെ പ്രാക്തനമായ വഴിത്താരകളിലൂടെയാണ് സാക്കിസിന്റെ മൃതദേഹം കടന്നുപോയത്. ഓര്‍മപ്പെരുക്കങ്ങള്‍ക്കിടയില്‍ എവിടെയോ വച്ച് നിശ്ശൂന്യമാക്കപ്പെട്ട സാക്കിസിന്റെ ശിരസ്സ് അപ്പോഴും ഗ്രീസിന്റെ വിളറിയ ആകാശത്തേക്ക് തുറിച്ചുനോക്കുന്നുണ്ടായിരുന്നു. സാക്കിസിന്റെ മുഖം പ്രകാശമാനമായിരുന്നു. സാക്കിസ് എഴുതിയിട്ടുള്ളതുപോലെ 'ഞാന്‍ എന്നൊന്നില്ല. നമ്മള്‍ എന്നു പറയുന്നതാണ് ശരി. അതാണ് നമ്മുടെ അന്തസ്സും മഹത്വവും.'

'സമുദ്രത്തില്‍ ഒറ്റപ്പെട്ട ദ്വീപ്' എന്നാണ് ആല്‍ബര്‍ട്ട് ഷെറ്റ്സര്‍ സാക്കിസിനെ വിശേഷിപ്പിക്കുന്നത്. മുന്‍ധാരണകളൊന്നുമില്ലാതെ സ്വന്തം പ്രലോഭനങ്ങളോടുള്ള യുദ്ധം പ്രഖ്യാപിക്കലായിരുന്നു സാക്കിസിന്‍ എഴുത്ത്. അവിടെ തീരുമാനങ്ങളില്ല. നടപ്പാക്കാലേയുള്ളൂ. അവിടെ

ചോദ്യങ്ങളില്ല. ഉത്തരങ്ങളേ ഉള്ളൂ. ഗ്രീസിന്റെ വെന്തുമലർന്ന മണ്ണിലൂടെ ഒരു ചരിത്രഗവേഷകന്റെ അന്വേഷണമനസുമായി നടക്കുമ്പോൾ ആ മണ്ണിൽനിന്ന് ഭൂതകാലത്തിന്റെ വേരുകൾ മാത്രമല്ല സാക്കിസ് തിരയുന്നത്. അവിടെനിന്ന് ചോരയും കണ്ണീരും കൂടിക്കുഴഞ്ഞ ഓർമകളെക്കൂടി സാക്കിസ് ഹൃദയത്തിലേക്കു ചേർത്തുവയ്ക്കുന്നുണ്ട്. മോറിയയിലേ ക്കുള്ള യാത്രകളിലാകെ ഇത്തരമൊരനുഭവത്തിന്റെ തീക്ഷ്ണഗന്ധമു ണ്ട്. ഗ്രീസിന്റെ ചരിത്രം, വംശാവലി, തത്വചിന്തയുടെയും ഇതിഹാസ നാടകങ്ങളുടെയും പകർന്നാട്ടങ്ങൾ, സംസ്കാരത്തിന്റെ ഉയർന്ന ശിര സുകൾ ഇതെല്ലാം സാക്കിസിന്റെ യാത്രയ്ക്ക് വഴിയൊരുക്കുന്നു. സാക്കിസ് തന്റെ ബാല്യകൗമാര യൗവനങ്ങളെ ചിതറിക്കിടക്കുന്ന സംസ്കാരങ്ങൾക്കിടയിൽ തിരയുന്നു. അത് ആത്മാന്വേഷണത്തിന്റെ ഭാഗ മാണെന്നും അതിൽ സ്നേഹാനുഭവത്തിന്റെ സമുദ്രങ്ങൾ ഒളിച്ചിരിപ്പു ണ്ടെന്നും സാക്കിസ് തുറന്നെഴുതുമ്പോൾ, സാക്കിസിന്റെ യാത്ര മറ്റൊരു ഒഡീസി എ മോഡേൺ സീക്വ (The Odyssey A Modern Sequel) ലായി മാറുന്നതു കാണാം.

ഗ്രീസിന്റെ ക്ലാസിക്കൽ കാലഘട്ടത്തിലൂടെയുള്ള യാത്രയാണ് സാക്കിസ് ഏറ്റവുമധികം ആസ്വദിക്കുന്നത്. അത് കാലത്തിന്റെ വിളവെ ടുപ്പ് കാലമായിരുന്നുവെന്ന് സാക്കിസ് എഴുതുമ്പോൾ കലയും സാഹി ത്യവും ആടിത്തിമിർത്ത അരങ്ങുകൾ ഒന്നൊന്നായി ജ്വലിച്ചുണരുന്നതു കാണാം. മഹാകവി ഹോമറിന്റെ അകക്കണ്ണിൽ വിരിഞ്ഞ ചരിത്രത്തിന്റെ നാൾവഴികളും ഇതിഹാസ ചരിത്രവും സാക്കിസിന്റെ കൗമാര യൗവന ങ്ങൾ കോരിക്കുടിക്കുന്നു. സ്പാർട്ടയിലൂടെയുള്ള യാത്ര അത്യന്തം ഉദ്വേ ഗഭരിതമായിരുന്നു. ചരിത്രം തളംകെട്ടിക്കിടക്കുന്ന തെരുവുകളും ആകാ ശത്തിനോട് കയർക്കുന്ന പർവത ശിരസ്സുകളും ഭൂമിയോളം താഴ്ന്നിറ ങ്ങിയ സ്നേഹവുമെല്ലാം സാക്കിസ് കൊതിതീരാതെ നോക്കിനിൽക്കു ന്നുണ്ട്. അൽഗോസിലൂടെ, ഒളിമ്പ്യയിലൂടെ കടന്നുപോകുന്ന സാക്കിസ് ഏറെ അസ്വസ്ഥനാണ്. ഒരു സംസ്കാരത്തിന്റെ അസ്വസ്ഥതയാണ് സാക്കിസിൽ നാം അനുഭവിക്കുന്നത്. അവിടെ ഓർമകൾ ഭൂതബാധിത രെപ്പോലെയാണ് സാക്കിസിനു നേരെ പാഞ്ഞടുക്കുന്നത്. *ഒഡീസിയിൽ* പറയുംപോലെ അത് വിലപിക്കുവാനുള്ള ഒരവസരവും ക്ഷണവുമായി രുന്നു. സാക്കിസിന് ഒന്നും ഓർമിക്കാതിരിക്കാനാവുന്നില്ല. എന്നാൽ വിസ്മ രിക്കുക എന്നത് സംസ്കാരത്തിനോട് കാട്ടുന്ന അപമാനമാണെന്ന് സാക്കിസ് കരുതുന്നു. ഇത്തരം അസ്വസ്ഥതകളെ പ്രതീക്ഷാ നിർഭര മായ തീരുമാനങ്ങളോടെയാണ് സാക്കിസ് സ്വീകരിക്കുന്നത്. അത് ചരി ത്രത്തിന്റെ ഉദാത്തമായ നിലപാടുകളായിരുന്നുവെന്ന് സാക്കിസ് കൂട്ടി ച്ചേർക്കുന്നു.

ഫ്രാങ്കികളുടെയും തുർക്കികളുടെയും അധിനിവേശ കാലത്തെ അടി മത്തം, വിമോചനത്തിന്റെ നാൾവഴികൾ, ചരിത്രത്തിന്റേറ്റ മുറിവുകൾ എല്ലാം യാത്രയ്ക്കിടയിൽ ഒളിഞ്ഞും തെളിഞ്ഞും കടന്നുവരുന്നുണ്ട്.

മോറിയയിലെ നെടുങ്കൻ കോട്ടകൾ സാക്കിസിനോട് ഭൂതകാലത്തിനെ ക്കുറിച്ച് വളരെ ആഴത്തിൽ സംസാരിക്കുന്നു. കോറിന്റ് ഉൾക്കടൽ സാക്കി സിനുള്ളിൽ പുതിയ ഭാവനകളുടെ വേലിയേറ്റങ്ങളൊരുക്കുന്നു. സാക്കി സിലെ പഴയ ഗ്രാമീണൻ സമുദ്രതീരത്തുനിന്ന് ഓർമകൾ മണക്കുന്ന ചിപ്പികൾ പെറുക്കിക്കൂട്ടുന്നു. സാക്കിസിലെ നാഗരികൻ ഇതെല്ലാം അത്ഭു തത്തോടെ നോക്കിനിൽക്കുന്നു. സാക്കിസിലെ നാഗരികനെ സാക്കി സിലെ ഗ്രാമീണൻ പ്രകൃതിയിലെ സുഗന്ധ സ്മൃതികളിലേക്ക് ക്ഷണി ക്കുന്നു. സാക്കിസിലെ ഗ്രാമീണനും നാഗരികനും ഒന്നായിത്തീരുന്നു. ഇരുവരും ചേർന്ന് സാക്കിസിലൂടെ ഗ്രീസിന്റെ പ്രാക്തന ചരിത്രത്തെ വീണ്ടെടുക്കുന്നു. അത് മനുഷ്യസമൂഹത്തിന്റെ ഐതിഹാസികമായ വിജയം കൂടിയാണെന്ന് സാക്കിസ് കൂട്ടിച്ചേർക്കുന്നു. അതിന് സാക്കി സിനെ ധൈര്യപ്പെടുത്തുന്നത് *ഒഡിസിയിലെ* നായകനായ ഒഡിസ്യൂസ് (Odysseus) ആണ്. യാത്രയിലുടനീളം സാക്കിസ് ഒഡിസ്യൂസായി മാറു ന്നുണ്ട്. ചരിത്രം സാക്കിസിനെയും സാക്കിസ് ചരിത്രത്തെയും സ്വീകരി ക്കുന്നതിലൂടെ ഗ്രീസിന്റെ പ്രാക്തനസ്ഥലികൾ ഉയിർത്തെഴുന്നേറ്റ് വരു ന്നു. സാക്കിസിന്റെ സാഹസിക യാത്രകൾക്ക് സ്വാതന്ത്ര്യത്തിന്റെ ചിറ കുകൾ തുന്നിച്ചേർക്കപ്പെടുന്നു. ഹോമറും സോഫോക്ലിസും യൂറിപ്പി ഡസും പഴയ കുപ്പായങ്ങളണിഞ്ഞ് സാക്കിസിനൊപ്പം പുതിയ കാല ത്തിലേക്ക് പ്രവേശിക്കുന്നു. ഇത് സാക്കിസ് നടത്തിയ വിശുദ്ധമായ ചരിത്ര വിഭജനമായിരുന്നു. ഇടവേളകളോ വിശ്രമങ്ങളോ ഇല്ലാത്ത യാത്ര ഒരി ക്കൽപ്പോലും സാക്കിസിനെ ക്ഷീണിപ്പിക്കുന്നില്ല. ഗ്രീക്ക് ഭാഷനിലെ മൊഹോലിസിനെപ്പോലെ സാക്കിസ് സദാ ഉത്സാഹവാനായിരുന്നു. ഒളി മ്പസ് പർവത താഴ്വാരത്തിലെ മനോഹരങ്ങളായ പ്രകൃതിദൃശ്യങ്ങൾ ഒരു കൊച്ചുകുട്ടിയെപ്പോലെയാണ് സാക്കിസ് ആസ്വദിക്കുന്നത്. അപ്പോളോ ദേവന്റെ ദേവാലയം സാക്കിസിൽ അനശ്വരമായ സംസ്കാര ത്തിന്റെ പുരാവൃത്തങ്ങൾ തേടാൻ പ്രലോഭിപ്പിക്കുന്നു. എലിസൺ നദീ തീരം ഹൃദ്യമായ ഒരരങ്ങായി സാക്കിസിന് അനുഭവപ്പെടുന്നു. മെഗാലോ പോളിസ് ഓർമകളുടെ കടലിരമ്പങ്ങളാൽ ശക്തമായിരുന്നു. ട്രോജൻ യുദ്ധസ്മരണകൾ സാക്കിസിന്റെ സിരകളിലേക്ക് കത്തിപ്പടർന്നു. ഒഡി സ്യൂസിന്റെ ജീവിതത്തെ മാറിമാറി ഭരിച്ച യുദ്ധവും അലച്ചിലും സാക്കി സിന്റെ വ്യക്തിജീവിതത്തെയും എഴുത്തുജീവിതത്തെയും ആഴത്തിൽ സ്പർശിച്ചുകൊണ്ടിരുന്നു. ഹോമറിന്റെ ഗാഥകളിൽ ഒഴുകിപ്പരന്ന ഹെ ലന്റെ അഭിജാത സൗന്ദര്യം സാക്കിസിന്റെ ഇന്ദ്രിയങ്ങളെ കൂടുതൽ സർഗാത്മകമാക്കിക്കൊണ്ടിരുന്നു. ഹെലന്റെ ജീവിതം മഹത്തായൊരു കാവ്യം എന്ന നിലയ്ക്കാണ് സാക്കിസ് സ്വീകരിക്കുന്നത്. സ്പാർട്ടയിലെ തിൻസാരിയുസ് രാജാവിന്റെ സുന്ദരിയായ മകൾ ചരിത്രത്തിലേക്ക് ഒഴു കിപ്പരക്കുന്നത് ഗ്രീസിന്റെ ചരിത്രമുഹൂർത്തങ്ങളിൽനിന്ന് സാക്കിസ് കണ്ടെത്തുന്നു. സാക്കിസ് എഴുതുന്നു. 'ഹെലൻ' നമുക്ക് അജ്ഞാത മായ ലോകങ്ങളിലേക്കുള്ള ഹൃദ്യമായ ക്ഷണമാണ്. അവൾ പ്രകൃതി

ക്കുള്ളിലെ ചാരുതയാർന്ന ദുരന്തപ്രകൃതിയാണ്. ഹെലനെ തേടുക എന്നാൽ ഗ്രീസിന്റെ വന്യസൗന്ദര്യം തേടുക എന്നാണ് അർഥമെന്ന് സാക്കിസ് തുറന്നെഴുതുമ്പോൾ കാലത്തിന്റെ തകിടം മറിച്ചിലുകൾക്കിട യിൽ ഇപ്പോഴും പ്രലോഭനത്തിന്റെ സൗന്ദര്യലഹരി തലമുറകളെ സ്വാധീ നിക്കുന്നുണ്ടെന്ന് നമുക്ക് ബോധ്യമാവുക തന്നെ ചെയ്യും.

കസന്ദ് സാക്കിസിന്റെ അനശ്വരയാത്രകളുടെ സമാരംഭമാണ് *ജേർണി ടു ദി മോറിയ* അതിനെ ആദ്യത്തെയോ അവസാനത്തെയോ യാത്ര എന്നു വിശേഷിപ്പിക്കാനാവില്ല. അത് ആത്മാന്വേഷണത്തിലേക്ക് തുറക്കുന്ന ഒരൊറ്റ വഴിയാണ്. സാക്കിസിന്റെ രചനകളിൽ ആദ്യം മുതൽക്കേ ഇത്തരമൊരന്വേഷണത്തിന്റെ ജാഗ്രതയുണ്ട്. അത് കാല ത്തിനും ചരിത്രത്തിനുമിടയിൽ പ്രവേശിച്ച ഒരു സംസ്കാരത്തിന്റെ വീണ്ടെടുപ്പ് കൂടിയാണ്. ഹോമറിന്റെ മഹത്തായ പ്രതിഭാ സ്വാധീനവും ഒഡിസ്യൂസിന്റെ പൗരുഷവും ഹെലന്റെ വന്യ സൗന്ദര്യവും ഒരുപോലെ പ്രകാശിതമാക്കുന്ന സാക്കിസിന്റെ പ്രതിഭയുടെ മഹാ സമർപ്പണമാണ് ഈ യാത്രാപുസ്തകം. അത് 'ദൈവത്തിന്റെ മകൻ' എഴുതിയ ഗ്രീസിന്റെ പുതിയ ചരിത്രപുസ്തകമായി ലോകം വായിച്ചു കൊണ്ടിരിക്കുന്നു.

Journey To The Morea
Nikos kazhantzakis
Simon and Schuster
New York

9

ആയുസിന്റെ ഏകാന്ത ധ്യാനങ്ങൾ
ഗബ്രിയേൽ ഗാർസ്യാമാർക്കേസ് – *എ ലൈഫ്*

ജെറാൾഡ് മാർട്ടിൻ എഴു
തിയ ഗബ്രിയേൽ ഗാർസ്യാ
മാർക്കേസിന്റെ ജീവചരിത്ര
ഗ്രന്ഥം പ്രകാശിതമായ ശേ
ഷം പത്രപ്രവർത്തകർ ഗാ
ബോയ്ക്ക് ചുറ്റും കൂടി.

"ഗാബോ താങ്കളുടെ
ജീവിതം വിസ്മയങ്ങൾ നി
റഞ്ഞ ഒരു ഖജനാവാണല്ലോ.
ഈ പുസ്തകം അതിലേക്കുള്ള
സുവർണ മുദ്രയണിഞ്ഞ ഒരു
താക്കോലും."

എൺപതുകഴിഞ്ഞ ഗാ
ബോ കുലീനതയാർന്ന ഒരു
ചിരിയിൽ എല്ലാം ഒതുക്കി.
കഥ പറയാൻ വേണ്ടി ജീവിച്ചി
രിക്കുന്ന ആധുനിക സെർ
വാന്റീസ് ഒരുനിമിഷം നിശ്ശ

ഗബ്രിയേൽ ഗാർസ്യാമാർക്കേസ്

ബ്ദനായി. അജ്ഞാതമായ ഏതോ ഒരു ഗുഹാമുഖത്ത് നിന്ന് പാഞ്ഞുവ
രുന്ന ഒരു തീവണ്ടിഎഞ്ചിൻപോലെയായിരുന്നു ഗാബോയുടെ വാക്കു
കൾ. ചുണ്ടുകൾ വിതുമ്പിത്തുടങ്ങിയിരുന്നു.

തുരുമ്പെടുത്ത ഒരു വാളിനാൽ എന്നെ മുറിവേൽപ്പിക്കാൻ കാലം ഒതുങ്ങിനിന്നിരുന്നത് എത്രയോ മുമ്പേ ഞാൻ തിരിച്ചറിഞ്ഞിരുന്നു. എന്റെ മുന്നിൽ സമ്പത്തിലേക്കും പ്രശസ്തിയിലേക്കുമുള്ള രണ്ട് വഴികളുണ്ടായിരുന്നു. മീഗേൽ സെർവാന്റീസാണ് എനിക്കാ വഴികൾ പറഞ്ഞുതന്നത്; ആയുധവും സാഹിത്യവും. ഞാൻ സാഹിത്യത്തിലേക്ക് നടന്നു. അനുഭവങ്ങളുടെ മണലാരണ്യത്തിലൂടെ ഒറ്റയ്ക്ക് നടക്കുന്നത് ഒരു രസമാണ്. സൂര്യന്റെ പ്രചണ്ഡത യിൽ എന്റെ ഹൃദയം തിളച്ചുപൊന്തിയ ഒരു ലോഹക്ഷ്ണം പോലെയായിരുന്നു. ഞാനപ്പോഴും മഞ്ഞറോസാപ്പൂക്കളെ മാത്രം സ്വപ്നം കാണാൻ ധൈര്യപ്പെട്ടുകൊണ്ടിരുന്നു.

ബഹുശിഖരങ്ങൾ നിറഞ്ഞ ഒരു വൃക്ഷഭംഗിയാണ് മാർക്കേസിന്റെ ഓർമകൾക്ക്. ശിഖരങ്ങളിൽ നിന്നൂർന്ന് മണ്ണിലേക്ക് ആഴ്ന്നിറങ്ങുന്ന വെള്ളിലവള്ളികൾ പോലെയാണ് ഓർമകൾ. ജെറാൾഡ് മാർട്ടിൻ പറയും പോലെ സമുദ്രത്തിന്റെ ശാന്തതയും രൗദ്രതയും മാറിമാറി ഭരിക്കപ്പെടുന്ന ഒരരങ് പോലെയായിരുന്നു മാർക്കേസിന്റെ ജീവിതം. ഒറ്റ സ്നാപ്പിൽ അതു പകർത്തിയെടുക്കാനാവില്ല. അതിർത്തികൾ കടന്ന് അത് അനുഭവങ്ങളുടെ ഉഷ്ണസ്ഥലികളിലേക്ക് കടന്നുപോയിരിക്കുന്നു. മാർക്കേസിന്റെ ഭൂതകാലം ഭയപ്പെടുത്തുന്ന ഒരാഴക്കാഴ്ചയായിരുന്നു.

വെയിൽ മങ്ങിത്തുടങ്ങിയ ഒരു പകലിൽ ഹവാനയിൽ വച്ചാണ് ജെറാൾഡ് മാർട്ടിൻ മാർക്കേസിനെ കണ്ടുമുട്ടുന്നത്.

മാർക്കേസ് ഒരു കളിക്കൂട്ടുകാരനെപ്പോലെയാണ് തന്നോട് പെരുമാറിയത്. പ്രൈമറി ക്ലാസിൽ വച്ച് ഒരുമിച്ച് പഠിച്ചുപിരിഞ്ഞവർ കാലങ്ങൾക്കുശേഷം കണ്ടുമുട്ടുമ്പോൾ തിരിച്ചറിയുന്നതുപോലെ യായിരുന്നു ആ സ്നേഹചലനങ്ങൾ. സംഭാഷണത്തിനിടയിൽ ഞാനെപ്പോഴോ ജീവചരിത്രഗ്രന്ഥത്തെക്കുറിച്ച് സൂചിപ്പിച്ചു. ഗാബോയുടെ മുഖത്ത് വികാരങ്ങളുടെ എഴുന്നള്ളത്ത് ഞാൻ ശരിക്കും കണ്ടു. ദൗത്യം നടക്കില്ല. എന്നുതന്നെ ഞാനുറപ്പിച്ചു. ഗാബോയുടെ വാക്കുകൾ ഇപ്പോഴുമെന്റെ കേൾവിയിലുണ്ട്. എന്തി നാണ് താങ്കൾ ജീവചരിത്രരചനയ്ക്ക് താൽപ്പര്യപ്പെടുന്നത്. മര ണത്തിന്റെ പര്യായപദങ്ങളിലൊന്ന് ജീവചരിത്രമെന്നാണ്.

ഗാബോ നിറഞ്ഞ മനസോടെ ജെറാൾഡ് മാർട്ടിന് ജീവചരിത്രമെ ഴുതാനുള്ള പൂർണസമ്മതം കൊടുക്കുകയായിരുന്നു അടുത്ത നിമിഷം. അതൊരു വികാരനിർഭരമായ നിമിഷമായിരുന്നു എന്നാണ് ജെറാൾഡ് മാർട്ടിൻ ഈ അനുഭവത്തെ വിലയിരുത്തിക്കൊണ്ട് പറഞ്ഞത്.

അനുഭവങ്ങളുടെ പർവതക്കാഴ്ചകളും അഗാധ നീലിമകളും നിറഞ്ഞ മൂന്ന് അധ്യായങ്ങളാണ് മാർക്കേസിന്റെ ജീവചരിത്രഗ്രന്ഥത്തെ താങ്ങിനിർത്തിയിരിക്കുന്നത്. മാർക്കേസ് ജനിക്കുന്നതിന് മുൻപുള്ള ലാറ്റി

നമേരിക്കൻ ചരിത്രത്തിന്റെ ഈടുറ്റ ഒരരങ്ങാണ് ആദ്യഭാഗത്ത് (Home Colombia 1899-1955). രണ്ടാം ഭാഗം (Abroad Europe and Latine America) 1955 മുതൽ 1987 വരെ മാർക്കേസിന്റെ ജീവിതത്തിലും എഴു ത്തിലും വരുത്തിത്തീർത്തിട്ടുള്ള പരിണാമത്തെ അടയാളപ്പെടുത്തുന്നു. 'ഏകാന്തതയുടെ നൂറുവർഷങ്ങളുടെ പിറവി' രണ്ടാംഭാഗത്തെ തീക്ഷ്ണ മായ ഒരനുഭവമാണ്. മൂന്നാം ഭാഗത്തിൽ (Man of the World Celebrity and Politics) ആരാധകർക്ക് നടുവിൽ 'അരിസ്ട്രോക്രാറ്റിക് പുഞ്ചിരി യോടെ' നിൽക്കുന്ന മാർക്കേസിനെയാണ് കാണാൻ കഴിയുക.

മാർക്കേസിന്റെ ജനനത്തിനു മുൻപുള്ള കാലത്തെ അടയാളപ്പെടു ത്തിക്കൊണ്ടാണ് ജീവചരിത്രം സമാരംഭിക്കുന്നത്. അധിനിവേശസ്മര ണകളും സൈമൺ ബോളീവറുടെ വിമോചന പോരാട്ടങ്ങളും ഏകാധി പതികളുടെ ഘോഷയാത്രയുമൊക്കെ ചേർന്ന് ഭയാനകമായൊരു അര ങ്ങായിരുന്നു കൊളംബിയയുടെ ഭൂതകാലം. ഈ കാലത്തിന്റെ വെന്തുമ ലർന്ന മണ്ണിലൂടെയാണ് മാർക്കേസ് വരുന്നത്. 1928 ൽ അരാക്കറ്റയിലെ ഒരു പുരാതന കുടുംബത്തിൽ ഗബ്രിയേൽ എലിജിയോ ഗാർസ്യ മാർട്ടി നസിന്റെയും ലൂയിന സാന്തിയാഗോ മാർക്കേസ് ഇഗൂരിയായുടെയും പതി നൊന്ന് മക്കളിൽ മൂത്തവനായാണ് ഗബ്രിയേൽ ഗാർസ്യ മാർക്കേസിന്റെ ജനനം. വേദനയുടെ തുറന്നുവച്ച ഒരു നോട്ടുപുസ്തകമായിരുന്നു മാർക്കേ സിന്റെ കുട്ടിക്കാലം. പിതാവിന്റെ പലായനവാസനയും രഹസ്യബന്ധ ങ്ങളും മാർക്കേസിന്റെ സ്വപ്നങ്ങളെ തകർത്തുകളഞ്ഞു. വിശപ്പിനും ദാരി ദ്ര്യത്തിനുമിടയിൽ അമ്മ കരഞ്ഞുതീർത്ത രാപ്പകലുകൾക്ക് മുൻപിൽ നിസ്സഹായനായി നിൽക്കുന്ന മാർക്കേസിന്റെ ചിത്രം വേദനാപൂർണമായ ഒരനുഭവമാണ്.

കുടുംബം ശിഥിലമാകാൻ തുടങ്ങിയപ്പോഴേക്കും മാർക്കേസ് അരാ ക്കറ്റയിൽ നിന്ന് ബാരൻകിലയിലേക്കും അവിടെനിന്ന് സുക്രേയിലേക്കും എത്തപ്പെട്ടിരുന്നു. മുത്തച്ഛനായ നിക്കോളാസ് മാർക്കേസിനോടായിരുന്നു മാർക്കേസിന് ഏറെ ഇഷ്ടം. മാർക്കേസ് ഓർക്കുന്നു: "ഭൂമിയോളം തന്നെ പഴക്കമേറിയ ഒരു കപ്പലിലെ നാവികനെപ്പോലെയായിരുന്നു മുത്തച്ഛൻ. തീക്ഷ്ണമായ ആ കണ്ണുകളിലേക്ക് നോക്കിയിരിക്കുമ്പോൾ ഭൂമി ഇള കിമറിയുന്നത് കാണാം. എനിക്ക് ഭയമുണ്ടായിരുന്നില്ല. എന്റെ പഠനകാ ര്യങ്ങളിൽ ഒരു പ്രത്യേക ശ്രദ്ധ അദ്ദേഹത്തിനുണ്ടായിരുന്നു."

മുത്തച്ഛനോടൊപ്പം മാർക്കേസ് നടന്ന വഴികൾ ജെറാൾഡ് മാർട്ടിൻ ഒരു പുരാവൃത്തം പോലെയാണ് അവതരിപ്പിക്കുന്നത്. "പിതാവിനൊപ്പം നടന്നുകാണേണ്ട വഴികൾ ഇതാ മുത്തച്ഛൻ കാട്ടിത്തരുന്നു" എന്നാണ് മാർക്കേസ് പറയുന്നത്. മുത്തച്ഛന്റെ ആഗ്രഹം മാർക്കേസിനെ ഒരു യോദ്ധാവോ ഒരു കായികതാരമോ ആക്കണമെന്നായിരുന്നു. എന്നാൽ മാർക്കേസിന്റെ പാഠപുസ്തകം *ആയിരത്തിയൊന്ന് രാവുകളായിരുന്നു.* ഒളിഞ്ഞും തെളിഞ്ഞും ആ രാവുകൾ മാർക്കേസ് പഠനം ചെയ്യുകയായി രുന്നു. മനുഷ്യജീവിതത്തിന്റെ ശാന്തിതീരങ്ങളിലേക്ക് വന്നെത്തുന്ന ഭൂത

ങ്ങളെയും മന്ത്രവാദിനികളെയും മാർക്കേസ് ആവേശത്തോടെ സ്വീകരി ച്ചു. കഥകളുടെ വിചിത്രങ്ങളായ വിരുന്നുശാലകളിലേക്ക് മാർക്കേസ് ഇതി നകം ക്ഷണിക്കപ്പെട്ടുകഴിഞ്ഞിരുന്നു.

മുത്തച്ഛന്റെ മരണം മാർക്കേസിന്റെ ജീവിതത്തിലെ നിറങ്ങളെയാകെ മായ്ച്ചുകളഞ്ഞു. മുത്തച്ഛൻ മരിക്കുമ്പോൾ മാർക്കേസിന് ഒൻപത് വയ സായിരുന്നു പ്രായം. പിതാവ് മാർക്കേസിനെ ബാരാൻക്വിലേക്ക് കൂട്ടി ക്കൊണ്ടുപോയി. മുത്തച്ഛനെക്കുറിച്ചുള്ള ഓർമകളിലൂടെ മാർക്കേസ് പുതിയ കഥകൾ മെനഞ്ഞുകൊണ്ടേയിരുന്നു. മഗ്ദലീന നദിക്കരയിലെ സ്കൂളിൽ ചേർന്നു പഠനമാരംഭിച്ചെങ്കിലും പിതാവിന്റെ താൽപ്പര്യപ്രകാരം ഇടയ്ക്കുവച്ച് പഠനം നിർത്തി ബഗോട്ടയിലെ സെക്കന്ററി സ്കൂളിൽ ചേർന്നു. മകനെ ഒരു ഡോക്ടറോ പുരോഹിതനോ ആക്കണമെന്നായി രുന്നു പിതാവിന്റെ ആഗ്രഹം. മാർക്കേസ് ആ നാളുകളെക്കുറിച്ച് പറ യുന്നു: "എന്റെ വലിയ തലയിൽ മോണ്ടിക്രിസ്റ്റോയും ട്രെഷറും ഡി ഡബിളും ഒക്കെ ചേർന്നുള്ള ആഘോഷങ്ങൾ നടക്കുകയായിരുന്നു. എനിക്ക് പഠിക്കാൻ കഴിഞ്ഞില്ല. ഞാൻ ജീനിയസുകൾക്ക് പിന്നാലെ നട ക്കുകയായിരുന്നു."

ദസ്തയേവ്സ്കിയിലേക്കുള്ള യാത്രകൾ മാർക്കേസിനെ ഹരം പിടി പ്പിച്ചു. "എത്ര വായിച്ചാലും മതിവരാത്ത ജീവിതങ്ങൾ" എന്നാണ് മാർക്കേസ് ദസ്തേവ്സ്കിയുടെ നോവലുകളെക്കുറിച്ച് പറയുന്നത്. ഈ കാലയളവിലാണ് മാർക്കേസ് സ്കൂൾ പ്രസിദ്ധീകരണമായ *യൂത്തി (youth)*ൽ കവിതകളും ചെറിയ ലേഖനങ്ങളും പ്രസിദ്ധീകരിച്ചിരുന്നത്. സഹോദരി മാർഗേറ്റിന്റെ നിശ്ശബ്ദമായ പ്രോത്സാഹനങ്ങൾ മാർക്കേസിന് തണലും കരുത്തും നൽകി. എന്നാൽ മകൻ എഴുത്തിൽ കാണിക്കുന്ന ശ്രദ്ധയും പഠിത്തത്തിലുള്ള ഉത്സാഹക്കുറവും പിതാവിനെ ചൊടിപ്പിച്ചു. പിതാവിന്റെ താൽപ്പര്യപ്രകാരം മാർക്കേസ് നിയമപഠനത്തിന് തയാറായി.

നാഷണൽ കോളജ് ഓഫ് ബോയ്സിലും കൊളംബിയ നാഷണൽ യൂണിവേഴ്സിറ്റിയിലും പഠിച്ചിരുന്ന കാലങ്ങൾ മാർക്കേസിന് അത്രപെ ട്ടെന്ന് വിസ്മരിക്കാനാവില്ല. ബോർഹസ് പരിഭാഷപ്പെടുത്തിയ ഫ്രാൻസ് കാഫ്കയുടെ *മെറ്റമോർഫസിസ്* ആവർത്തിച്ച് വായിക്കുന്നത് ഇക്കാല ത്താണ്. *മെറ്റമോർഫസിനെ* ഓർമപ്പെടുത്തുന്ന ഒരു കഥ (*ദി തേർഡ് റെസിഗേഷൻ*) എൽ എസ് ലെക്ടേസർ എന്ന ദിനപത്രത്തിൽ വളരെ പ്രാധാന്യത്തോടെ പ്രസിദ്ധീകരിക്കപ്പെട്ടു. അതോടെ മാർക്കേസിനുള്ളിൽ എഴുത്ത് ഒരാവേശമായിത്തീർന്നു.

ഇതേ കാലയളവിലാണ് പത്ര പ്രവർത്തകനായ മാനുവൽ ഇപാറ്റ ഒലീവിയ എന്ന പത്രപ്രവർത്തകനെ മാർക്കേസ് പരിചയപ്പെടുന്നത്. *എൽ യൂണിവേഴ്സൽ ജേർണലിൽ* സ്ഥിരം കോളം കൈകാര്യം ചെയ്യാൻ മാനു വൽ, മാർക്കേസിനെ ക്ഷണിച്ചു. റാഡിക്കൽ ലിബറലിസത്തിലും മാർക്സി സത്തിലും വിശ്വാസമർപ്പിച്ചിരന്ന മാർക്കേസിന്റെ കുറിപ്പുകൾ ജേർണ ലിലെ സജീവസാന്നിധ്യമായിരുന്നു. ഈ കുറിപ്പുകളുടെ തുടർച്ചയായി

എഴുതിയ ലേഖനങ്ങൾ *എൽ ഹെരാൾദോയിൽ* വന്നതോടെ ജേർണ ലിസ്റ്റ് എന്ന നിലയിൽ മാർക്കേസ് കൂടുതൽ ശ്രദ്ധേയനായിത്തീർന്നു.

ബാരൻകിലയിൽ നിന്നു പ്രസിദ്ധീകരിച്ചിരുന്ന *എൽ നാഷണൽ* പത്രവുമായി ബന്ധപ്പെട്ടു പ്രവർത്തിച്ചിരുന്ന കാലത്താണ് മാർക്കേസ് വില്യം ഫോക്ക്നറുടെയും വെർജീനിയ വുൾഫിന്റെയും കൃതികൾ പരി ചയപ്പെടുന്നത്. ഫോക്ക്നറുടെ *സൗണ്ട് ആന്റ് ഫ്യൂറിയും* വെർജീനിയ വുൾഫിന്റെ *മിസ്സിസ് ഡോളേവേയും* മനുഷ്യജീവിതത്തിന്റെ നവീന ലോകങ്ങൾ മാർക്കേസിനു പരിചയപ്പെടുത്തിക്കൊടുത്തു. ഈ അനുഭ വങ്ങളുടെ പിൻബലത്തിൽനിന്നാണ് മാർക്കേസ് *ലീഫ്സ്റ്റോം* (*Leaf Storm* - 1955) എന്ന നോവൽ, പ്രസിദ്ധീകരണത്തിനായി ബ്യൂണസ് അയേഴ്സിലെ ലൊസാഡ എന്ന വിഖ്യാതപ്രസാധക കമ്പനിക്ക് അയ ച്ചുകൊടുത്ത്. എന്നാൽ കമ്പനി മാർക്കേസിലെ പ്രതിഭയെ തിരിച്ചറി യുകയോ നോവൽ പ്രസിദ്ധീകരിക്കുകയോ ചെയ്തില്ല.

വീണ്ടും പത്രപ്രവർത്തനത്തിൽ മാത്രമായി മാർക്കേസ് ഒതുങ്ങി. ഈ കാലയളവിലാണ് 'തകർന്ന കപ്പലിൽനിന്ന് അത്ഭുതകരമായി രക്ഷ പ്പെട്ട വെലസ്കോയുടെ ജീവിതകഥ' (The story of a shipwrecked sailor) *എൽ എസ് പെക്ടോറിൽ* എഴുതുന്നത്.

എൽ ഇൻപെൻഡറ്റയിൽ പത്രപ്രവർത്തകനായി മാർക്കേസ് പിന്നീട് ചേർന്നുവെങ്കിലും പാരീസിലെ ജീവിതച്ചെലവും തൊഴിൽ വേതനവും ഒരിക്കലും പൊരുത്തപ്പെട്ടിരുന്നില്ല. ഏറ്റവും വേദനാജനകമായ കാലം എന്നാണ് ഈ കാലത്തെ മാർക്കേസ് വിശേഷിപ്പിക്കുന്നത്. ഒരു നേരത്തെ ഭക്ഷണംപോലും വിദൂര സാധ്യതയായി മാറിയ കാലം. വിശപ്പിൽനിന്ന് വിശപ്പിലേക്കുള്ള ദൂരം കുറഞ്ഞുകുറഞ്ഞുവന്നു. നഗരത്തിലെ ടാപ്പ് വെള്ള മായിരുന്നു ജീവിച്ചിരിക്കാനുള്ള ഏക പോംവഴി. ഈ ദുരിതജീവിതത്തി നിടയിലെപ്പോഴോ ആണ് ടാഷിക കിൻടാന എന്ന അഭിനേത്രിയെ പരി ചയപ്പെടുന്നത്. പരിചയം തീവ്രമായൊരു ബന്ധത്തിലേക്ക് വഴിമാറി. വിവാ ഹിതരാകാതെ അവരൊരു ചെറിയ മുറിയിൽ ജീവിതമാരംഭിച്ചു. 'വിശ ന്നിരിക്കുന്നവരുടെ സ്വപ്നങ്ങൾക്ക് ഒരേ നിറവും രൂപവുമായിരിക്കും. ടാഷിയ കണ്ട സ്വപ്നം എന്റെ സ്വപ്നത്തിന്റെ ശരിപ്പകർപ്പായിരുന്നു.' മാർക്കേസ് പറയുന്നു. എന്നാൽ മാർക്കേസ് ആ കാലത്തെ സ്വകാര്യത കളെക്കുറിച്ച് ജെറാൾഡ് മാർട്ടിനോട് ഒന്നും പറയുന്നില്ല. മാർക്കേസിന്റെ നിശ്ശബ്ദതയുടെ അവസാനപേജിൽ നിന്നാണ് ടാഷിയ സംസാരിച്ചു തുട ങ്ങിയത്. മാർക്കേസുമായുള്ള ജീവിതത്തിനിടയിൽ ടാഷിയ ഗർഭിണിയാ കുകയും നാലാംമാസം ഗർഭമലസിയതിനെത്തുടർന്ന് ഊഷ്മളമായ സ്നേഹബന്ധം വഴിപിരിഞ്ഞതിനെപ്പറ്റിയും ടാഷിയ തുറന്നുപറഞ്ഞത് ശ്രദ്ധേയമാണ്.

പാരീസിന്റെ പകിട്ടുകൾക്കിടയിൽ മാർക്കേസിന്റെ ജീവിതം വേദന കളുടെ പാരിതോഷികങ്ങൾകൊണ്ട് നിറഞ്ഞതായിരുന്നില്ല. റെസ്റ്റോറന്റു കളിൽനിന്ന് വലിച്ചെറിയുന്ന പഴഞ്ചൻ വീഞ്ഞുകുപ്പികളും പത്രക്കടലാ

സുകളും ശേഖരിച്ചാണ് മാർക്കേസ് ഭക്ഷണത്തിനുള്ള വക കണ്ടെത്തി യത്. ഒരിക്കൽ അടുത്ത സ്നേഹബന്ധമുണ്ടായിരുന്ന സുഹൃത്തിന്റെ പാർട്ടിയിൽ പങ്കെടുക്കവേ, ആ വീട്ടിലെ മുതിർന്ന സ്ത്രീ മാർക്കേസിന്റെ കയ്യിൽ ഒരു ഗാർബേജ് പൊതി ഏൽപ്പിച്ചു. തെരുവിൽ നാട്ടിയിട്ടുള്ള ഡെസ്റ്റ് ബിന്നിൽകൊണ്ടു കളയാനായിരുന്നു അത്.

ദുരനുഭവങ്ങളുടെ കടലിരമ്പങ്ങൾക്കു നടുവിൽ നിൽക്കുമ്പോഴാണ് മാർക്കേസ് മെഴ്സിഡസുമായി പ്രണയത്തിലാകുന്നത്. പ്രണയം മാർക്കേ സിന് എഴുത്തുപോലെ തന്നെ ഒരാവേശമായിരുന്നു. 1958 മാർച്ച് 21 ന് അവനിസാ ചർച്ചിൽ വച്ച് ഇരുവരും വിവാഹിതരായി. "ഉപയോഗിച്ചു കഴിഞ്ഞ വാക്കുകൾക്ക് ഇനി പ്രസക്തിയില്ല. എഴുതാനിരിക്കുമ്പോൾ പുതിയ കുളമ്പടികൾ കേൾക്കണം. നാൽപത് തികയുമ്പോഴേക്കും ഒരു മാസ്റ്റർ പീസ് എഴുതിയിരിക്കണം. സമാഹരിക്കാനുള്ള കഥകൾ അത് കലാപങ്ങളെത്തും മുൻപ് വായനക്കാരിലെത്തിക്കണം." മാർക്കേസിന്റെ സ്വപ്നങ്ങൾ കേട്ടിരിക്കുന്ന മെഴ്സിഡസിനെ അതീവ ഹൃദ്യമായാണ് ജെറാൾഡ് മാർട്ടിൻ ഒപ്പിയെടുക്കുന്നത്.

ഏകാന്തതയുടെ നൂറുവർഷങ്ങ(One Hundred Year's of Solitude - 1970)കളുടെ രചനാകാലത്തെക്കുറിച്ച് ഗ്രന്ഥകാരൻ ഭംഗിയായൊരു വിവരണം നൽകുന്നത് ശ്രദ്ധേയമാണ്. പതിനെട്ടുവർഷമായി ഉള്ളിൽ കൊണ്ടുനടന്ന ഒരു വലിയ സ്വപ്നമാണ് *ഏകാന്തതയുടെ നൂറുവർഷ ങ്ങൾ* എഴുതിത്തീർത്തതോടെ മാർക്കേസിന് സ്വന്തമായത്. ഒരുദിവസം മാർക്കേസ് മെഴ്സിഡസുമായി ഒരു വൈറ്റ് ഓപ്പൽ കാറിൽ അക്കാവുൾക്ക യിലേക്ക് പോവുകയായിരുന്നു. "പെട്ടെന്നാണ് അതു സംഭവിച്ചത്. എത്രയോ കാലമായി ഉള്ളിൽ വിതുമ്പി നിന്ന ഒരു വാക്യം പുറത്തേക്ക് ഒഴുകുന്നതുപോലെ തോന്നി. എനിക്കതിന്റെ പ്രവാഹത്തെ തടഞ്ഞു നിർത്താനായില്ല. ഞാൻ കാർ തിരിച്ച് മെക്സിക്കോ നഗരത്തിലേക്ക് പായി ച്ചു. വീട്ടിൽ ചെന്ന് നേരെ ടൈപ്പ്റൈറ്ററിന്റെ മുന്നിലേക്ക് ഓടുകയായിരു ന്നു. പുരാവൃത്തങ്ങളോളം പഴക്കമുള്ള സ്വന്തം കുടുംബചരിത്രവും കൊളംബിയയുടെ ഇതിഹാസവുമൊക്കെ ചേർന്നുള്ള ഒരരങ്ങ് ഉണരു കയായിരുന്നു." *ഏകാന്തതയുടെ നൂറു വർഷങ്ങളുടെ* രചനാനിമിഷത്തെ മാർക്കേസ് ഓർത്തെടുക്കുമ്പോൾ കാലം അതും നിശ്ശബ്ദം കേട്ടിരിക്കു ന്നുണ്ടായിരുന്നുവെന്നാണ് ജെറാൾഡ് മാർട്ടിൻ എഴുതുന്നത്.

ഭൂതകാലത്തിലേക്ക് തുറന്നുവച്ച മാക്കൊണ്ടയുടെ സ്ഥലരാശികളും ഉർസുലയും അമരാന്തയും കേണൽ ഔറലിയാനോ ബുയെൻടിയും മെൽക്യുയാസ്സും ഒക്കെ ചേർന്നുള്ള അരങ്ങുകളും ഒരർജന്റീനിയൻ പ്രസാധകന് നോവലിന്റെ കയ്യെഴുത്തുപ്രതി അയച്ചുകൊടുക്കുവാനുള്ള പണം സമ്പാദിക്കാൻവേണ്ടി മാർക്കേസും മെഴ്സിഡസും നടത്തിയ സാഹസങ്ങളും എഴുത്തിനും ജീവിതത്തിനുമിടയിൽ ഉറങ്ങാതിരുന്ന രാപ്പ കലുകളും എല്ലാം ചേർന്ന് കാലം മഹത്തായൊരു പാരിതോഷികം മാർക്കേസിനു നേരെ വച്ചു നീട്ടുകയായിരുന്നു.

1967 ലാണ് ഏകാന്തതയുടെ നൂറുവർഷങ്ങൾ പ്രസിദ്ധീകരിച്ചു തുട ങ്ങുന്നത്. കാർലോസ് ഫ്യുവെന്റസ്, നോവലിന്റെ ആദ്യ ഭാഗങ്ങൾ വായിച്ച് പ്രശംസിക്കുകയും പിന്നീട് മരിയ വർഗാസ് യോസ, മീഗ്വേൽ ആസ്തൂ റിയാസ് തുടങ്ങിയ എഴുത്തുകാരോടൊപ്പം ചേർന്ന് മാർക്കേസിനെതിരെ ശബ്ദിക്കുകയും ചെയ്തു. കാർലെന്റ് ഫുവന്തസുമായി മാർക്കേസിന് ണ്ടായിരുന്ന ബന്ധം വാക്കുകൾക്കതീതമായിരുന്നു. *ലീഫ് സ്റ്റോമി (Leaf Storm)*നെക്കുറിച്ചാദ്യം അഭിനന്ദിച്ചെഴുതിയതും *ബീഗ് മാമാസ് ഫ്യൂണറൽ (Big Mams's Funeral)* പ്രസിദ്ധീകരിക്കാൻ മാർക്കേസിനെ സഹായി ച്ചതും ഫുവന്തസായിരുന്നു. 1970 മുതൽ മരിയ വർഗാസ് യോസയുമായി മാർക്കേസിന് അടിയുറച്ച സൗഹൃദം ഉണ്ടായിരുന്നു. എന്നാൽ രാഷ്ട്രീയ വിശ്വാസങ്ങളുടെ പേരിൽ നടന്ന തർക്കങ്ങളിൽപ്പെട്ട് ആ സൗഹൃദം ആടി യുലഞ്ഞു. സൗഹൃദം സുഗന്ധമായിരുന്ന കാലത്ത് യോസ എഴുതിയ *ഗാർസ്യമാർക്കേസ് ഹിസ്റ്ററി ഓഫ് എഡിയിസൈഡ്* എന്ന മാർക്കേസി നെക്കുറിച്ചുള്ള ഗ്രന്ഥം ഇന്നും അധികാരികരേഖയായി നിലനിൽക്കുന്നു എന്നതും വിസ്മയകരമാണ്.

കാലത്തിന്റെ നെടുങ്കൽ വേരുകൾക്കിടയിൽ ധ്യാനനിമഗ്നനായ ആയുസിന്റെ ഒരു വാക്ക്. വാതിൽനിന്ന് പൊട്ടിമുളയ്ക്കുന്ന ബഹുശിഖ രങ്ങൾ. അത്ഭുതങ്ങളുടെ ഒരരങ്ങാണത്. 'ഏകാന്തതയുടെ നൂറ് വർഷ ങ്ങൾ' ജെറാൾഡ് മാർട്ടിനു മുൻപിൽ മനസ്സ് തുറക്കുമ്പോൾ അനുഭവ ങ്ങളുടെ പർവതക്കാഴ്ചകളും അഗാധ നീലിമകളും ഒന്നൊന്നായി പ്രത്യ ക്ഷപ്പെട്ടു തുടങ്ങുന്നു. ജെറാൾഡ് മാർട്ടിൻ പറയുന്നതുപോലെ 'ഗാബോ, ഞങ്ങളുടെ പ്രിയപ്പെട്ട ഗാബിറ്റോ, ഞങ്ങളുടെ സ്നേഹത്തിൽ നിന്ന് അങ്ങേയ്ക്ക് ഒരിക്കലും വിരമിക്കാനാവില്ല. കാലം അതിന്റെ കൊയ്ത്തു തുടരട്ടെ. അങ്ങ് ഞങ്ങൾക്കായി കരുതിയ ധാന്യമണികളിൽ ഇപ്പോഴും ജീവന്റെ തുടിപ്പുകളെ ഞങ്ങൾ തിരിച്ചറിയുന്നുണ്ട്.

Gabriel Garcia Marques
A Life
(Life History)
Gerald Matrin

10

പൗലോ കൊയ്‌ലോ
മനസ്സ് തുറക്കുമ്പോൾ
കൺഫെഷൻ ഓഫ് എ പിൽഗ്രിം

സാന്റിയാഗോ എന്ന ആട്ടി ടയൻ നടന്ന ദൂരത്തിന്റെ ഇര ട്ടിയോ അതിലധികമോ ദൂര മുണ്ട് ജീവിതത്തിൽ പൗലോ കൊയ്‌ലോ നടന്ന ദൂരത്തിന്. കൊയ്‌ലോയെ സംബന്ധിച്ചി ടത്തോളം അനശ്വരമായ എഴുത്ത് അതായിരുന്നു സ്വപ്നത്തിൽ കണ്ട നിധി. വിലപിടിപ്പുള്ളതും കാലാതീ തവുമായ ആ എഴുത്തുനിധി തേടി സ്കൂൾ പഠനകാല ത്താണ് കൊയ്‌ലോ യാത്ര തുടങ്ങിയത്. കുറഞ്ഞകാല ത്തിനുള്ളിൽ തന്നെ ജോർജ് അമാ ദോ വിനെ പ്പോലെ ശ്രദ്ധേ യ നാ യി ത്തീ രാൻ കൊയ്‌ലോക്ക് കഴിഞ്ഞതിനു പിന്നിൽ, കൊയ്‌ലോയുടെ ഭാഷയിൽ പറഞ്ഞാൽ "ദൈ

പൗലോ കൊയ്‌ലോ

വത്തിന്റെ കൃത്യമായ ഇടപെടലുകളും ബ്ലാക്ക് മാജിക്കിന്റെ കൈയൊ തുക്കവെു"മുണ്ടായിരുന്നു. 'വാൽകൈറി' (The Valkyries)സിൽ പ്രത്യ ക്ഷപ്പെടുന്ന ദേവദൂതികളായ വാൽകൈറീസ് പറയുംപോലെ ഭൂതകാലം ഉറവറ്റാത്തൊരു നിധിയിടമാണ്. അതിലേക്ക് ഒഴുകിയെത്തണമെങ്കിൽ

അപകടകരമായ തീരുമാനവും അചഞ്ചലമായ ആത്മവിശ്വാസവുമുണ്ടാ കണം. അപകടകരമായി ജീവിക്കുക എന്ന നീഷ്ഷെയ്ൻ വചനത്തെ പിൻതുടർന്നില്ലെങ്കിലും ആത്മാവിലേക്ക് തിരിയുന്ന അപകടകരമായ യാത്രകൾ കൊയ്ലോ എല്ലാക്കാലത്തും നടത്തിയിട്ടുണ്ട്.

എഴുത്തുകാരൻ, പത്രപ്രവർത്തകൻ എന്നീ നിലകളിൽ ശ്രദ്ധേയ നായ ഹുവാൻ എരിയാസ് (Juan Arias) പലഘട്ടങ്ങളിലായി പൗലോ കൊയ്ലോയുമായി നടത്തിയ സുദീർഘ സംഭാഷണങ്ങളുടെ തുറന്നു വച്ച മനസാണ് *ഒരു തീർഥാടകന്റെ കുമ്പസാരങ്ങൾ (Confession of a Pilgrim)*. മിലൻ കുന്ദേര എഴുതിയിട്ടുള്ളതുപോലെ അത്ഭുതങ്ങളും ആര വങ്ങളും ഒഴിച്ചുനിർത്തിയാൽ ഓരോ എഴുത്തുകാരനെയും ചുറ്റപ്പെട്ട് എണ്ണിത്തീർക്കാനാകാത്തത്ര സമുദ്രങ്ങളുണ്ടാകും. അതിലേക്ക് തോണി തുഴയും മുൻപ് നിങ്ങൾ ഭൂമിയിലെ ഏറ്റവും വലിയ ധൈര്യശാലിയാ ണെന്ന് ഉറപ്പുവരുത്തുക! കുന്ദേരയുടെ വാക്കുകൾ കൊയ്ലോയുടെ എഴുത്തു ജീവിതത്തിലാകെ ഒഴുകിപ്പരക്കുന്നത്. അഭിമുഖ പുസ്തക ത്തിന്റെ ശീർഷകം സൂചിപ്പിക്കും പോലെ ആദ്യന്തം വിചിത്രമായ രണ്ടു സമുദ്രങ്ങളുടെ ഒഴുകിപ്പരക്കൽ നാം ഇവിടെ അനുഭവിക്കുന്നുണ്ട്. ഒരേ കാലം തീർഥാടകനായും കുമ്പസാരക്കാരനായും പ്രത്യക്ഷപ്പെടുന്ന കൊയ്ലോ ജീവിതത്തെയും അനുഭവത്തെയും നേരിടുന്ന വിധം അത്ഭു തങ്ങളെക്കാളുപരി ആദരവാണ് നമ്മിൽ ഉണർത്തുന്നത്. കൊയ്ലോ പറ യുന്നു: "ചിത്തരോഗാശുപത്രിയിലെ ദിനങ്ങളും കൊക്കയിന്റെ മാരകമായ ആനന്ദലഹരിയും അനുഭവിച്ചതിന്റെ ഉജ്ജ്വല മുഹൂർത്തങ്ങൾ എല്ലാവ രുമായി പങ്കുവച്ചതിലൂടെ എനിക്കൊന്നും തന്നെ നഷ്ടപ്പെടുന്നില്ല. നിങ്ങ ളെന്നെ ശരിക്കും സ്നേഹിച്ചു തുടങ്ങുന്നത് ഇപ്പോൾ മുതലായിരിക്കും!"

കൊയ്ലോയുടെ തുറന്നുപറച്ചിലിനു പിന്നിൽ സത്യസന്ധനായ ഒരെ ഴുത്തുകാരന്റെ ആർജിത വ്യക്തിത്വമുണ്ട്. കൊയ്ലോ എഴുതിയിട്ടുള്ളതു പോലെ അത് ബോർഹസിൽനിന്നും ഹെൻറി മില്ലറിൽനിന്നും ലഭിച്ച ശിക്ഷണമായിരുന്നു. ഭ്രമാത്മകവും പ്രശ്നസങ്കീർണവുമായ സ്വന്തം ജീവിതത്തെ മറച്ചുവച്ചു കൊണ്ടെഴുതുക എന്നത് കൊയ്ലോയ്ക്ക് അസാ ധ്യമായിരുന്നു. അതുകൊണ്ടാണ് കൊയ്ലോ എഴുതുമ്പോൾ ജീവിത വുമായി ബന്ധപ്പെട്ടതെല്ലാം അതിലേക്ക് ഒഴുകിവരുന്നത്. അതൊരു എഴു ത്തുകാരന്റെ അന്തസ്സാർന്ന സ്വയം പ്രകാശനമാണ്. ഒരേകാലം ഭൂമിയുടെ ആഴങ്ങളന്വേഷിക്കുന്ന തീർഥാടകനും ഏറ്റവും സത്യസന്ധനായ കുമ്പ സാരകനും താനാണെന്ന് വിളിച്ചുപറയാൻ കൊയ്ലോയെ ധൈര്യപ്പെടു ത്തുന്നത് ദുരന്തകാലത്തനുഭവിച്ച സഹനങ്ങളാണ്. അത് കാലത്തിന്റെ കനത്ത ശിക്ഷകളിൽനിന്ന് കൊയ്ലോയ്ക്ക് ലഭിച്ച പാരിതോഷികങ്ങൾ കൂടിയാണെന്ന് കൊയ്ലോയെക്കുറിച്ചുള്ള പുതിയ വായനകൾ സാക്ഷ്യ പ്പെടുത്തുന്നു.

സ്കൂൾ പഠനകാലത്താണ് ഒരെഴുത്തുകാരനാകുക എന്ന ഉദയാ ത്തൊരു സ്വപ്നപദ്ധതി കൊയ്ലോയുടെ തലയ്ക്കകത്ത് കയറിക്കൂടു

ന്നത്. ബോർഹസ്സും ഹെൻറിമില്ലറും ഉൾപ്പെടെയുള്ള യൂറോപ്യൻ എഴു
ത്തുകാർ കൊയ്ലോയെ 'വഴിതിരിച്ചു'വിടുകയായിരുന്നു. എന്നാൽ
സാഹിത്യ തൽപ്പരനല്ലാത്ത പിതാവിന് കൊയ്ലോയുടെ സ്വപ്നപദ്ധ
തിയെ അംഗീകരിക്കാനായില്ല. ഇതിനെത്തുടർന്ന് കുടുംബത്തിൽ
ചെറുതും വലുതുമായ സംഘർഷങ്ങളുണ്ടായി. സംഘർഷങ്ങൾക്കൊടു
വിൽ കൊയ്ലോയെ പിതാവ് മനഃപൂർവം ചിത്തരോഗാശുപത്രിയിലെ
ത്തിച്ചു. 'ഷോക്ക് ട്രീറ്റ്മെന്റ്' ഉൾപ്പെടെയുള്ള ചികിത്സാ വിധികൾക്ക്
കൊയ്ലോ വിധേയനായി. എന്നാൽ കൊയ്ലോയുടെ ഹൃദയം വായി
ക്കാനും എഴുതാനും വേണ്ടി ദാഹിച്ചുകൊണ്ടേയിരുന്നു. സാനിറ്റോറിയ
ത്തിൽ നിന്ന് 'നല്ലനടപ്പി'ന് പുറത്തിറങ്ങിയ കൊയ്ലോ അറുപതുകളിൽ
അമേരിക്കയിൽ പടർന്നുപിടിച്ച 'ഹിപ്പി സംസ്കാര'ത്തിൽ ആകൃഷ്ടനാ
വുകയും അവരോടൊപ്പം പ്രവർത്തിക്കാൻ ഉത്സാഹം കാണിക്കുകയും
ചെയ്തു. അവിടെ വച്ചാണ് റൗൾ സീക്സാസ് എന്ന ഗാനരചയിതാവിനെ
കൊയ്ലോ പരിചയപ്പെടുന്നത്. ബ്രസീലിലെ ശ്രദ്ധേയമായ റോക്ക് സംഗീ
തത്തിലെ പുതിയ അപ്പോസ്തലന്മാരായി ഇരുവരും മാറി എന്നത്
പിൽക്കാല ചരിത്രം നമുക്ക് തന്ന നല്ല അധ്യായങ്ങളിലൊന്നായിരുന്നു.

കവിതാ രചനയിലേർപ്പെട്ടുകൊണ്ടാണ് കൊയ്ലോ തന്റെ എഴുത്തു
ജീവിതം സമാരംഭിക്കുന്നത്. എന്നാൽ "ഒരെഴുത്തുകാരന്റെ തീർഥാടക
ജീവിതത്തിലെ ഒരു വഴിയമ്പലം മാത്രമായിരുന്നു എനിക്ക് കവിത"യെന്ന്
കൊയ്ലോ ഓർമിക്കുന്നുണ്ട്. കവിതയിലെ ലളിത കൽപ്പനകളും കാൽപ്പ
നികതയിൽ പൊതിഞ്ഞ ഭാവനകളും കൊയ്ലോയെ തൃപ്തിപ്പെടുത്തി
യില്ല. ജീവിതത്തിലും അലച്ചിലിനും പ്രതിരോധത്തിനും പ്രതിഷേധത്തി
നുമിടയിൽ എന്തൊക്കെയോ നഷ്ടപ്പെടുന്നുണ്ട്. അതെല്ലാം വീണ്ടെടുക്കേ
ണ്ടത് കാലത്തിന്റെ കൂടി ആവശ്യകതയാണെന്ന തിരിച്ചറിവിൽനിന്നാണ്
കൊയ്ലോ നോവലിലേക്ക് കടക്കുന്നത്. ഇക്കാലത്താണ് കാൾ മാർക്സ
ഉൾപ്പെടെയുള്ളവരുടെ ജീവിതവും ദർശനവും കൊയ്ലോയുടെ ക്ഷുഭിത
യൗവനത്തെ ഹരം പിടിപ്പിക്കുന്നത്. ചെഗുവേരയുടെ മഹത്തായ വിപ്ലവ
ജീവിതത്തിനും ഉദാത്തമായ സ്വപ്നത്തിനും മുന്നിൽ പോരാടാൻ തയാ
റായി നിൽക്കുന്ന കൊയ്ലോയെ നമുക്ക് സംഭാഷണങ്ങൾക്കിടയിൽ
തെളിഞ്ഞു കാണാനാകും.

ഇവരുടെ ആശയങ്ങളിൽ നിരന്തരം സ്നാനപ്പെട്ടതിൽനിന്നാണ്
കൊയ്ലോയിൽ കടുത്ത മതനിഷേധത്തിന്റെ ജ്വാലമുഖങ്ങൾ ഉയിർത്തെ
ഴുന്നേൽക്കുന്നത്. അത് പാരമ്പര്യ വിശ്വാസങ്ങൾക്ക് നേരെയുള്ള ആദ്യ
നിറയൊഴിക്കലായിരുന്നു. *ദി ഡെവിൾ ആന്റ് മിസ് പ്രിം (The Devil
And Miss Prym)* എന്ന നോവലിലെ വൃദ്ധയും വിധവയുമായ ബാർട്ട
യിലും ചന്ദൽപ്രിം എന്ന കൊച്ചുപെൺകുട്ടിയിലും നമുക്കതിന്റെ ആഴ
ങ്ങൾ അനുഭവിക്കാനാകും. അത് 107 പുരുഷന്മാരും 108 സ്ത്രീകളും അധി
വസിക്കുന്ന വിസ്കോസ് എന്ന ഗ്രാമത്തിന്റെ കഥമാത്രമല്ല; ലോകത്തെ
വിടെയും നടക്കാവുന്ന (നടന്നു കഴിഞ്ഞ) കഥയാണ്. കൊയ്ലോ പറയും

പോലെ ഭൂതകാലത്തെ ഉടയാതെതന്നെ നമുക്ക് കുഴിച്ചെടുക്കേണ്ടതു ണ്ട്. ജീവിതത്തിനും മരണത്തിനും മധ്യേയുള്ള സംസ്കാരത്തെ മതനി ഷേധത്തിന്റെ കോടാലികൊണ്ട് ഇളക്കി പുതിയ കാലത്തെ പ്രതിഷ്ഠി ക്കുകയായിരുന്നു നോവലിലൂടെ കൊയ്ലോ.

ഒരു മ്യൂസിക് കമ്പനിയുടെ ചീഫ് എക്സിക്യൂട്ടീവായി കഴിയുന്ന കാലത്താണ് കൊയ്ലോ വിചിത്രമായൊരു സ്വപ്നത്തിനുള്ളിൽ അക പ്പെടുന്നത്. അജ്ഞാതനായ ഒരാൾ മുൻവിധികളൊന്നുമില്ലാതെ ക്രിസ്തു മതത്തിലെ പ്രതീകാത്മകതയെക്കുറിച്ച് പഠിക്കാൻ കൊയ്ലോയോട് ആവ ശ്യപ്പെടുന്നു. കൊയ്ലോ ഒട്ടും ആലോചിക്കാതെതന്നെ അതനുസരിക്കു ന്നു. ഇത് തനിക്കു ലഭിച്ച വെളിപാടായിരുന്നുവെന്ന് കൊയ്ലോ പറയു ന്നു. കാൽപ്പനിക ഭംഗി നിറഞ്ഞ ഈ അനുഭവത്തിന്റെ അരികുചേർന്ന് കൊയ്ലോ ഒരുപാട് ദൂരം അലഞ്ഞു. ആദ്യകൃതിയായ *ദി പിൽഗ്രിമേജി* (*The Pilgrimage*) ന്റെ പ്രചോദനം മഹത്തായ ഈ വെളിപാടിൽ നിന്നാണ് രൂപംകൊണ്ടത്. ജന്മനാടായ ബ്രസീലിനെ ഒരു 'മാന്ത്രിക ഭൂമി'യായി കൊയ്ലോ സ്വീകരിക്കുന്നതിനു പിന്നിലും ഇത്തരമൊരു വെളി പാടിന്റെ തുടർച്ചയുണ്ട്. ജീവിച്ചിരിക്കുന്നവരും മരിച്ചവരും അകലത്തി ലല്ല' എന്നുള്ള കൊയ്ലോയുടെ ഉറച്ച വിശ്വാസത്തെ ഒരു എഴുത്തുകാ രന്റെ പാരമ്പര്യാഭിനിവേശം എന്നതിനപ്പുറത്തേക്ക് പുതിയ കാലം ചില കടുത്ത വായനകളിലേക്കായി സ്വീകരിച്ചിരിക്കുകയാണിപ്പോൾ. കൊയ്ലോ പറയുന്നു: "ഒഴുക്ക് നിറഞ്ഞ ഒരു നദിക്ക് രണ്ടനുഭവങ്ങളു ണ്ട്. എല്ലാത്തിനെയും ഒഴുക്കിക്കൊണ്ടുപോവുക എന്നതുപോലെ ചിലത് എന്നെന്നേക്കുമായി തല്ലിത്തകർക്കുക.' ഇവിടെ ബ്രസീലിന്റെ പ്രാക്തന സംസ്കാരം കാലത്തിന്റെ ഒഴുക്കിനൊപ്പം നീങ്ങുകയാണ്. അത് തകർക്ക പ്പെടാനാകാത്തവിധം ചരിത്രത്തിന്റെ ഭാഗമായിക്കഴിഞ്ഞുവെന്ന് കൊയ്ലോ വിളിച്ചു പറയുമ്പോൾ സംസ്കാരത്തിന്റെ പുതിയൊരു വായന കൂടി നമുക്ക് മുമ്പിൽ വെളിപ്പെടുന്നുണ്ട്. കൊയ്ലോയിലെ രാജ്യസ്നേ ഹിയായ എഴുത്തുകാരന്റെ സ്വാതന്ത്ര്യ പ്രഖ്യാപനമാണ് ഇവിടെ ഉയർന്നുകേൾക്കുന്നത്.

കുട്ടിക്കാലത്തെക്കുറിച്ചു പറയുമ്പോൾ കൊയ്ലോ കൂടുതൽ വികാ രാധീനനാകുന്നത് കാണാം. 'ഓർമിക്കാനും ഓർമിക്കാതിരിക്കാനും പറ്റി യൊരിടം' എന്നാണ് ബാല്യകാലത്തെ കൊയ്ലോ വിശേഷിപ്പിക്കുന്നത്. ചിത്തരോഗാശുപത്രിയിൽ ഭ്രാന്ത് അഭിനയിക്കേണ്ടിവന്നതിനെക്കുറിച്ചും ചികിത്സകളോട് മനസും ശരീരവും പ്രതികരിച്ച രാപ്പകലുകളെക്കുറിച്ചും കാർട്ടൂണിസ്റ്റായിരുന്ന കാലത്ത് അധികാരവർഗത്തിനെതിരായ, കാർട്ടൂണുകൾ വരച്ച് പ്രസിദ്ധപ്പെടുത്തിയതിനാൽ ജയിലറയ്ക്കുള്ളിലാ യതിനെക്കുറിച്ചും താനൊരു ഭ്രാന്തനാണെന്ന ഡോക്ടറുടെ പഴയ റിപ്പോർട്ട് ജയിൽ വിമോചിതനാകാൻ സഹായിച്ചതിനെക്കുറിച്ചും കൊയ്ലോ തുറന്നുപറയുമ്പോൾ അനുഭവങ്ങളിൽനിന്ന് പകുതി പോലും കൊയ്ലോ എഴുതിയിട്ടില്ലല്ലോ എന്നു നമുക്ക് തോന്നും. അതിൽ പകുതി

ശരിയും ശരികേടുമുണ്ട്. *വെറോണിക്ക മരിക്കാൻ തീരുമാനിക്കുന്നു* (*Veronica Decides to Die*) എന്ന നോവലിൽ ഭ്രാന്തൻചെയ്തികളുടെ ഇരുളും വെളിച്ചവും കലർന്നൊരു ജീവിതം കൊയ്ലോ അവതരിപ്പിക്കു ന്നുണ്ട്. *ലവൻ മിനിട്സ്* (*Eleven Minutes*)ലും *ദി ഫിഫ്ത് മൗണ്ടനി* (*The Fifth Mountain*)ലും മുഷിഞ്ഞു നാറിയ സ്വന്തം ഭൂതകാലത്തിന്റെ ഓർമപ്പെടുത്തലുകൾ കൊയ്ലോ അവതരിപ്പിക്കുന്നുണ്ട്. "അതൊരു പലാ യനവും ആത്മശുദ്ധീകരണവുമാണെന്ന് എനിക്കറിയാമെങ്കിലും ചില കഥാപാത്രങ്ങൾ എന്റെ വിഴുപ്പ് ചുമക്കാൻ തയാറില്ലാത്തവരാണ്. അവരെ ബുദ്ധിമുട്ടിക്കുന്നതിൽ എന്തർഥം" എന്നാണ് കൊയ്ലോ ചോദിക്കുന്നത്.

ഭ്രാന്തുപോലെ തന്നെ കൊയ്ലോയെ പിടികൂടിയ ഒന്നായിരുന്നു മയ ക്കുമരുന്ന്. തന്റെ ഉള്ളിൽ മയങ്ങിക്കിടന്ന ഒരു റിബലിനെ പുറത്തു കൊണ്ടുവരാൻ വേണ്ടിയാണ് മയക്കുമരുന്നുപയോഗിച്ച് തുടങ്ങിയതെന്ന് കൊയ്ലോ സാക്ഷ്യപ്പെടുത്തുന്നു. അതിൽ അദ്ദേഹത്തിന് ഇപ്പോഴെന്നല്ല, ഒരിക്കൽപ്പോലും കുറ്റബോധം ഉണ്ടാകാൻ വഴിയില്ല. കാരണം, മയക്കു മരുന്നിനെ ഭീകരമായ ഒന്നായി കൊയ്ലോ കാണുന്നില്ല എന്നതുതന്നെ. "അത് സമൂഹം വെറുക്കുന്നു. കുടുംബം വെറുക്കുന്നു. ശരീരം വെറു ക്കുന്നു. ഞാൻ മാത്രം അതിനെ ഇഷ്ടപ്പെട്ടിട്ട് എന്തുകാര്യം" എന്നാണ് കൊയ്ലോ ചോദിക്കുന്നത്. ഈ ചോദ്യത്തിന് ആഴത്തിൽ മുറിവേൽപ്പി ക്കാനുള്ള ജാഗ്രതയുണ്ട്. എന്നാൽ ഈ ജാഗ്രതയെ കൊയ്ലോ അതി സാഹസികമായി മറികടക്കുന്ന കാഴ്ച നമുക്ക് അത്ഭുതത്തോടുകൂടി മാത്രമേ നോക്കിക്കാണാനാകൂ. 1982 ന് ശേഷം കൊയ്ലോ മയക്കുമരു ന്നിന്റെ ഉപയോഗം പൂർണമായി ഒഴിവാക്കുകയും താനിപ്പോൾ 'നല്ല കുട്ടി' യായിത്തീർന്നുവെന്നും തുറന്നുപറയുമ്പോൾ ഒരിക്കൽക്കൂടി കൊയ്ലോ നമ്മുടെ ഇഷ്ടങ്ങളിലേക്ക് വരുന്നു.

ബ്രസീലിലെ പുതിയ രാഷ്ട്രീയം, പൗരാണികമായ വിശ്വാസനില പാടുകൾ സാംസ്കാരിക പ്രവർത്തനങ്ങളിലെ ശരികേടുകൾ, എഴുത്തു കാരന്റെ ധാർമിക നിലവാരം, ശകുനങ്ങളിലുള്ള വിശ്വാസം, നാട്ടറിവു കൾ, ആചാരാനുഷ്ഠാനങ്ങൾ തുടങ്ങി സാമൂഹ്യവും വൈയക്തികവു മായ എല്ലാ വിഷയങ്ങളെക്കുറിച്ചും കൊയ്ലോ തുറന്നു സംസാരിക്കു ന്നുണ്ട്. "എഴുതുമ്പോഴും പറയുമ്പോഴും ഞാനൊരു തീർഥാടകനാണ്" എന്ന് കൊയ്ലോ സംഭാഷണത്തിനിടെ ഹുവാൻ എരിയാസിനെ ഓർമി പ്പിക്കുന്നുണ്ട്. "തീർഥാടകൻ എല്ലാം ത്യജിച്ചവനാണ്. കുമ്പസാരവും ത്യജിക്കലിന്റെ ഭാഗമാണ്." കൊയ്ലോ കൂട്ടിച്ചേർക്കുന്നു. കൊയ്ലോ യുടെ സഹനജീവിതം ആദിമധ്യാന്ത പൊരുത്തമുള്ള ഒരു പൗരാണിക കഥയായി തോന്നാം. കാരണം അതിൽ വെളിപ്പെടുന്ന ജീവിത മുഹൂർത്ത ങ്ങൾക്ക് പിന്നിൽ പച്ചയായ ഒരു മനുഷ്യന്റെ സാന്നിധ്യം നമുക്കത്ര പെട്ടെന്ന് ഉൾക്കൊള്ളാനാവില്ല. *ആൽക്കമിസ്റ്റി* (*Alchemist*)ലും *സഹീ രി*(*Saheer*)ലും *ബ്രിദ*(*Brida*)യിലും വെളിപ്പെടുന്ന ജീവിതങ്ങൾക്ക് പിന്നിൽ നിന്നുകൊണ്ട് കഥ പറയാനാണ് കൊയ്ലോ എന്നും ധൈര്യ

പ്പെട്ടിട്ടുള്ളത്. കൊയ്ലോ പറയുന്നു, "കഥാപാത്രങ്ങൾ പാലിക്കുന്ന മര്യാ
ദകൾ വിട്ട് എനിക്ക് മാത്രമായി ഒന്നുംപറയാനില്ല" ഇത് ഒരെഴുത്തുകാരൻ
മുന്നോട്ടുവയ്ക്കുന്ന ശരിയുടെ വഴിയാകാമെന്ന് നമുക്ക് തീരുമാനിക്കേ
ണ്ടിവരുന്നു എന്നത് ശ്രദ്ധേയമാണ്.

എഡിറ്റിങ്ങിനു വിധേയമാവുകയോ മാറ്റി എഴുതുകയോ ചെയ്യാതെ,
ഒരു പച്ചമനുഷ്യന്റെ ജീവിതം ചോർന്നുപോകാതെ അതേപടി പകർത്തി
വയ്ക്കുകയാണ് ഹുവാൻ ഏരിയാസ്. എഴുത്തുകാരന്റെ സർഗാത്മക
വ്യക്തിത്വവും പത്രപ്രവർത്തകന്റെ സൂക്ഷ്മനിരീക്ഷണബുദ്ധിയും
ഹുവാനെ കൊയ്ലോയെ പകർത്തുന്നതിൽ അനുഗ്രഹിച്ചിരിക്കുന്നു. ഒരു
തീർഥാടകന്റെ കുമ്പസാരങ്ങൾ കൊയ്ലോ ഇനിയും എഴുതിത്തുടങ്ങി
യിട്ടില്ലാത്ത ആത്മകഥയുടെ സിനോപ്സിസ് രൂപമില്ല; ആത്മകഥ തന്നെ
യാണ്. ഇതിൽ വെളിപ്പെടുത്താത്തൊരു ജീവിതം കൊയ്ലോയിൽ ബാക്കി
നിൽപ്പുണ്ടെന്നു പറയാനാകാത്തവിധം സമഗ്രമായൊരു ജീവിത പുസ്ത
കമാണിത്. ഗബ്രിയേൽ ഗാർസ്യ മാർക്കേസ് 'അഭിമുഖ'ത്തെക്കുറിച്ചു
പറഞ്ഞ ഒരു നിർവചനം ഈ പുസ്തകത്തിനൊപ്പം ചേർത്തുവായിക്കാ
മെന്നു വരുന്നു. 'രണ്ടുപേർ ആഴത്തിൽ പ്രണയിക്കുമ്പോഴാണ് ഒരഭിമുഖം
ഭംഗിയുള്ളതാകുക.' അതെ. മാർക്സ് പറഞ്ഞത് ഹുവാൻ ഏരിയാസി
നെയും പൗലോ കൊയ്ലോയെയും കുറിച്ചായിരുന്നുവോ എന്നൊരു
സംശയം പുസ്തകം വായിച്ചുമടക്കുമ്പോൾ ബാക്കിനിൽക്കുന്നു.

Confessions of A Pilgrim
Paulo Coelho
Jnan Arias
Harper Collins

11

ജാഗ്രതയുടെ സൗന്ദര്യദർശനങ്ങൾ
സൂസൻ സൊൻറാഗ് ആൾ ദി സെയിം ടൈം

വ്യക്തിപരമായ സാക്ഷ്യങ്ങളും ഏറ്റുപറച്ചിലുകളും നടത്താൻ തയാറാണെന്നതുകൊണ്ടു മാത്രം ഒരാൾക്ക് നല്ല എഴു ത്തുകാരനാവാനാകുമെന്ന് അർഥമില്ല. അവ വായനക്കാരെ ആകർഷിക്കുന്നുവെന്നതും മികച്ച രചനയ്ക്കുള്ള അടയാ ളമല്ല. ഭാവിയെക്കുറിച്ചുള്ള പ്രവചനത്വത്തിന് കുറഞ്ഞ പ്രാധാന്യമേയുള്ളൂ. പക്ഷേ, ഇത്തരം അഭിരുചികൾ അയ ഥാർഥമായ ഒന്നിനെ യഥാർഥ ഭൂതകാല ചരിത്രമായി പുനർ നിർമിക്കാൻ സഹായിക്കും.

സൂസൻ സൊൻറാഗ്

സൂസൻ സൊൻറാഗ്

മരണാനന്തര ജീവിതത്തെ ഭൂമിയിലെ മികച്ച ഫലിതങ്ങളിലൊ ന്നായി നിർവചിച്ച എഴുത്തുകാർ നമുക്കിടയിലുണ്ട്. സൂസൻ സൊൻറാഗ്

മരണാനന്തര ജീവിതത്തെ ഫലിതങ്ങളുടെ ഫലിതമായിട്ടാണ് കണ്ടത്. *ഇൽനസ് ആസ് എ മെറ്റഫർ (Illness as a Metaphor)* എന്ന കൃതി യിൽ പകുതി ഫലിതവും പകുതി ഗൗരവവുമായിട്ടാണ് അവർ മരണ ത്തെക്കുറിച്ചെഴുതിയത്. സൊൺടാഗിന് മരണം ഒരു കാൽപ്പന്തു കളി കണ്ടി രിക്കുന്നതിന്റെ ആവേശമായിരുന്നു. "തീവ്ര വികാരമുണർത്തുന്ന ഒരനു ഭവമായിരുന്നു എനിക്ക് മരണം. ജയപരാജയങ്ങൾക്ക് അവിടെ പ്രസക്തി ഇല്ല. കളിയാണ് മുഖ്യം" സൊൺടാഗ് എഴുതി. 1975 ലെ ശൈത്യകാല ത്താണ് അർബുദത്തിന്റെ ഭ്രാന്തൻ കോശങ്ങൾ സൊൺടാഗിന്റെ ശരീര ത്തിൽ നുഴഞ്ഞുകയറുന്നത്. ഊർജസ്വലയും പോരാട്ടമനസുമുള്ള അവർക്ക് ആദ്യമൊന്നും രോഗത്തിന്റെ കാഠിന്യം അനുഭവപ്പെട്ടില്ല. തിര ക്കഥാ രചനയുമായി ബന്ധപ്പെട്ടുകൊണ്ട് പാരീസിലേക്കും സ്വീഡനിലേ ക്കുമുള്ള സുദീർഘയാത്രകൾ ആദ്യം സൊൺടാഗിനെ തളർത്തി. ജീവിത ത്തിലെന്നപോലെ എഴുത്തിലും കടുത്ത പെരുമാറ്റച്ചട്ടങ്ങൾ പാലിച്ചിരുന്ന സൊൺടാഗിന്റെ ജാഗ്രതയ്ക്ക് അൽപ്പാൽപ്പമായി അസ്വസ്ഥത പടർന്നുപിടി ച്ചു. യഥാസമയം ആസ്പത്രിയിലെത്തുകയും മികച്ച ചികിത്സയ്ക്ക് വിധേയമാവുകയും ചെയ്തതോടെ സൊൺടാഗ് അത്ഭുതകരമായി ജീവി തത്തിലേക്ക് മടങ്ങിവന്നു. "ജീവിതത്തിനും മരണത്തിനുമിടയിലുള്ള ഒരു ദ്വീപിലായിരുന്നു ഞാൻ. അവിടെ രോഗത്തിന്റെ നിഷ്കളങ്കമായ പെരു മാറ്റം എന്നെ പലതും പഠിപ്പിച്ചു. ഞാൻ നന്നായി പഠിച്ചു എന്നു മാത്രമല്ല, മരണത്തെക്കുറിച്ച് മറ്റാരേക്കാളും നന്നായി പഠിപ്പിക്കുവാൻ എന്നെ പ്രാപ് തമാക്കുകയും ചെയ്തു"വെന്ന് സൊൺടാഗ് പിൽക്കാലത്ത് എഴുതി.

ഇമാനുവൽ കാന്റ്, ഹെഗൽ, തോമസ്മൻ, ആന്ദ്രേജിദ്, കാഫ്ക എന്നിവരായിരുന്നു സൊൺടാഗിന്റെ എഴുത്തുജീവിതത്തെ ആദ്യം മുതൽക്കേ പ്രലോഭിപ്പിച്ചവർ. ഇവരുടെ കൃതികളിൽ ആഴത്തിൽ സ്നാന പ്പെട്ടതിന്റെ അടയാളങ്ങൾ ആദ്യനോവലായ *ദി ബനഫാക്ടറി (The Bene-factor)* ൽ തെളിഞ്ഞുകിടപ്പുണ്ട്. തോമസ് മൻ അനുഭവങ്ങളിലേക്കും കാഫ്ക ജീവിതത്തിലേക്കും എന്നെ വഴിനടത്തുകയായിരുന്നുവെന്ന് സൊൺടാഗ് എഴുതിയിട്ടുണ്ട്. അറുപതുകളുടെ ആദ്യപകുതി മുതൽ സൊൺടാഗിന്റെ ശ്രദ്ധ പൂർണമായും എഴുത്തിൽ തന്നെയായി. സൗന്ദര്യ ത്തിന്റെ ചരിത്ര നിർമാണമായിരുന്നു സൊൺടാഗിന് എഴുത്ത്. പുനർനിർമാ ണങ്ങൾക്ക് സമയം കളയേണ്ടതില്ലെന്നും ഭൂമിയിലെ ആദ്യത്തെ അട യാളങ്ങൾ തന്നെയാണ് ചരിത്രം എക്കാലത്തെയും മാതൃകകളായി സ്വീക രിക്കുന്നതെന്നും സൊൺടാഗ് എഴുതി. വ്യക്തിയുടെ സ്വകാര്യതകളിലേ ക്കുള്ള ഹൃദ്യമായ സന്ദർശനങ്ങളെ അവഗണിച്ചുകൊണ്ട് സൗന്ദര്യ ത്തിന്റെ പുതിയ നിർവചനങ്ങളും കാഴ്ചകൾക്കുമായിരുന്നു സൊൺടാഗ് കൂടുതൽ പ്രാധാന്യം നൽകിയത്. ഇത്തരമൊരനുഭവത്തിന്റെ ഓപ്പൺ ഫോറം *ഓൺ ഫോട്ടോഗ്രാഫി*യിൽ നമുക്ക് വായിച്ചറിയാനാകും. മുത

ലാളിത്തം ഉപഭോക്തൃ സമൂഹം, നേരിടുന്ന പ്രശ്നങ്ങൾ, സൗന്ദര്യാന്വേ ഷണം തുടങ്ങി യാത്രകൾക്കിടയിൽ കണ്ടുമുട്ടിയതും വായിച്ചനുഭവി ച്ചതും തികട്ടിവന്നതുമായ എല്ലാം *ഓൺ ഫോട്ടോഗ്രാഫിയിൽ സൊന്റാഗ്* ചർച്ച ചെയ്യുന്നുണ്ട്. അത് സൗന്ദര്യത്തിന്റെ ചരിത്ര നിർമാണ പ്രക്രിയ യിലേക്ക് താൽപ്പര്യമുള്ളവർക്കുള്ള ക്ഷണപത്രിക കൂടിയായിരുന്നു.

മരണാനന്തര ജീവിതത്തിനോട് കടുത്ത എതിർപ്പും പരിഹാസവും വച്ചു പുലർത്തിയ സൊന്റാഗിന്റെ മരണാനന്തരം പ്രസിദ്ധീകരിച്ച പുസ്ത കമാണ് *അറ്റ് ദി സെയിം ടൈം* (*At the Same time*). സൗന്ദര്യ ബോധത്തെ അടിസ്ഥാനമാക്കിയുള്ള നിർവചനങ്ങളും ആസ്വാദനങ്ങളുമാണ് ഈ പുസ്തകത്തിന്റെ ജാഗ്രത. എഴുത്തിലെന്നപോലെ സാമൂഹ്യജീവിത ത്തിലും സാംസ്കാരിക ജീവിതത്തിലും ഒരുപോലെ ശക്തമായ നില പാടുകളുണ്ടായിരുന്ന ഒരു എഴുത്തുകാരിയുടെ തുറന്നുവച്ച മനസാണ് ഈ പുസ്തകം മുന്നോട്ടുവയ്ക്കുന്ന ആശയതലം. സൊന്റാഗ് എഴുതി യിട്ടുള്ളതുപോലെ;

> ജാഗ്രതയ്ക്ക് രണ്ട് അവസ്ഥകളുണ്ട്. ആദ്യത്തേത് ഉറക്കം നടിച്ച ഒരനുഭവം. രണ്ടാമത്തേത് ഉണർന്നിരിക്കുന്നുവെന്ന തോന്നൽ നില നിർത്തിക്കൊണ്ട് ഉറങ്ങുക. ഇവയ്ക്കിടയിലാണ് എന്റെ ജാഗ്രത. പക്ഷേ ഞാനുറങ്ങുന്നില്ല. ഉറങ്ങാനാകാത്ത വിധം സമൂഹം ഉണർന്നിരിക്കുമ്പോൾ എന്റെ ഉറക്കം എന്നൊന്നില്ലാതെ വരുന്നു.

സൊന്റാഗിന്റെ ജാഗ്രത ഭാവിയിലേക്ക് തുറന്നുകിടക്കുന്ന ഒരു വഴി യാണ്. ജപ്പാനിലെ പ്രാക്തനമായ ദേവാലയങ്ങൾ കയറിയിറങ്ങുമ്പോഴും ഓർവിറ്റോയിലെ കത്തീഡ്രൽ കാണുമ്പോഴും കത്തീഡ്രലിനെക്കുറിച്ച് വായിക്കുമ്പോഴും കെടാത്ത ജാഗ്രതയുടെ ഉണർവും ഓജസ്സും നമ്മെ പിന്തുടരുക തന്നെ ചെയ്യും. സൊന്റാഗ് പറയുംപോലെ "ഇതൊന്നും വേട്ട യാടലിന്റെ ചരിത്ര പുസ്തകത്തിലെ നാൾവഴികളല്ല. സൗന്ദര്യാന്വേഷണ ചരിത്രത്തിലെ ഓർമപ്പെടുത്തലുകൾ മാത്രം." "നമുക്ക് ഓർമകളുള്ളിട ത്തോളം കാലം മാത്രമേ സൗന്ദര്യം നിലനിൽക്കുകയുള്ളൂ" വെന്ന ഫോക്നറുടെ വാക്കുകൾ സൊന്റാഗിന്റെ സൗന്ദര്യാന്വേഷണ നിർവച നങ്ങളെ ഓർമപ്പെടുത്തുന്നുണ്ട്. അത് സൗന്ദര്യത്തിലൂടെ മനുഷ്യത്വത്തി ലേക്കും നന്മയിലേക്കും കടക്കാനുള്ള ഒരെളുപ്പവഴിയായി സൊന്റാഗ് തിരി ച്ചറിയുന്നതാണ് എഴുത്തുകാരി എന്ന നിലയിൽ അവർ നേടുന്ന സ്വാത ന്ത്ര്യത്തിന്റെ സൗന്ദര്യസാധ്യതകൾ.

എവിടെയും സൗന്ദര്യമന്വേഷിക്കുക ഏതിലും സൗന്ദര്യം കണ്ടെ ത്തുക എന്നതിനപ്പുറത്തേക്ക് സാഹിത്യത്തിന് ചരിത്രപരമായ മറ്റ് ദൗത്യ ങ്ങളില്ലെന്ന് സൊന്റാഗ് ഉറച്ചുവിശ്വസിച്ചിരുന്നു. ഇമാനുവൽ കാന്റീന്റെ ധാർമിക ബോധത്തിന്റെ അടിസ്ഥാനത്തിലേ മതത്തിനു നിലനിൽപ്പുള്ളൂ'

വെന്ന വാദത്തെയും ഫ്രെഡറിക് നെഗറിന്റെ താർക്കിക (Logic) നില പാടുകളെയും ഒരേകാലം സ്വീകരിക്കുകയും തന്റെ സൗന്ദര്യാന്വേഷണ സാധ്യതകളിലേക്ക് ഇവരുടെ ദാർശനികമായ ധിഷണാ സ്വാതന്ത്ര്യത്തെ ഉപയോഗപ്പെടുത്തുകയുമായിരുന്നു സൊന്റാഗ്. ജിയോഫ്രിമോവിസുമായി നടത്തിയ അഭിമുഖത്തിൽ സൊന്റാഗ് ഇത്തരമൊരു തീരുമാനമെടുത്ത തിനെക്കുറിച്ച് ഒറ്റവാക്കിൽ പറഞ്ഞത് "സാഹിത്യം സ്വാതന്ത്ര്യത്തിന്റെ മറ്റൊരു പേരാണ്" എന്നാണ്. സ്വാതന്ത്ര്യത്തിലേക്കുള്ളതെന്തും സൊന്റാ ഗിനെ സംബന്ധിച്ചിടത്തോളം സൗന്ദര്യത്തിലേക്കുള്ള വഴികളായിരുന്നു. അർബുദം ആനയിച്ചുകൊണ്ടുവന്ന മൃത്യുവിനു നേരെ സൊന്റാഗ് എടുത്ത നിലപാടിൽപ്പോലും സൗന്ദര്യത്തിന്റെ പേവന്യ സാന്നിധ്യമുണ്ട്. അത് എഴുത്തുകാരിയുടെ ആർജിത വ്യക്തിത്വത്തിന്റെ ഭാഗമായി വായിച്ചെടു ക്കുന്നതിലൂടെ സൗന്ദര്യത്തിന്റെ സാധ്യതകളിലേക്ക് നമുക്കെളുപ്പം പ്രവേ ശിക്കാനാകും.

ഇറ്റാലിയൻ എഴുത്തുകാരിയായ അന്ന ബാൻടിയെക്കുറിച്ചുള്ള സൊന്റാഗിന്റെ ലേഖനം ഈ സമാഹാരത്തിലെ ശ്രദ്ധേയമായൊരു ഓർമ ക്കുറിപ്പാണ്. കാലം തീരെ അവഗണിച്ച ഒരു എഴുത്തുകാരിയാണ് അന്ന ബാൻടി. അന്നയുടെ *ആർടിമീസിയ* എന്ന നോവലിന്റെ രചനാകാലത്തെ ക്കുറിച്ചും നോവലിനെക്കുറിച്ചും മുസോളിനി ഗവൺമെന്റിന്റെ തകർച്ച, പലായനങ്ങൾ എന്നിവയെക്കുറിച്ചും ആഴത്തിൽ നിരീക്ഷിച്ചറിയുകയാണ് സൊന്റാഗ്. തകർക്കപ്പെട്ട അന്നയുടെ എഴുത്തുജീവിതത്തെയും അനുഭ വങ്ങളെയും മുഖ്യധാരയിലേക്ക് കൊണ്ടുവരാനാണ് സൊന്റാഗ് തന്റെ നിരീക്ഷണങ്ങളെ ഉപയോഗപ്പെടുത്തുന്നത്. യുദ്ധത്തിനെ തുടർന്നുണ്ടായ പലായനത്തിനിടയിൽ അന്നയുടെ നോവൽ *ആർടിമീസിയ* എന്നന്നേക്കു മായി നഷ്ടപ്പെടുകയും ഈ വേദനയിൽ നിന്ന് അന്ന പുതിയ നോവലി ലേക്ക് പ്രവേശിക്കുകയും ചെയ്യുന്നു. ഇവിടെ ധൈര്യശാലിയായ ഒരെ ഴുത്തുകാരിയെയാണ് നമുക്ക് കാണാൻ കഴിയുന്നത് എന്നു വിളിച്ചു പറഞ്ഞ് കാലത്തിനു മുൻപിൽ അന്നയെ സൊന്റാഗ് അവതരിപ്പിക്കുന്നു. അപ്പോൾ അന്നയ്ക്ക് ഉൽക്കണ്ഠകളോ അസ്വസ്ഥതകളോ ഇല്ല. നഷ്ട പ്പെട്ടുപോയ നോവലിന്റെ പരിസരങ്ങളും മനുഷ്യാന്തസ്സിൽ ഉറച്ചുവിശ സിക്കുന്ന കഥാപാത്രങ്ങളും അവിടെ തന്നെ യഥാകാലം ഉണ്ടായിരുന്നു വെന്ന് സൊന്റാഗ് സൂചിപ്പിക്കുന്നുണ്ട്. ലേഖനത്തിന്റെ ശീർഷകം സൂചി പ്പിക്കുംപോലെ "നഷ്ടപ്പെടുന്നതിൽനിന്നു തന്നെ പുതിയൊരു സൃഷ്ടി ഉണ്ടാകുന്നു. സൗന്ദര്യത്തിന്റെ മറ്റൊരു വേദിയാണിത്. എല്ലാം നഷ്ടപ്പെ ടുമ്പോഴും എന്തൊക്കെയോ ബാക്കിയാകുന്നുവെന്നത്" പുതിയ നിർവ ചനം തേടുന്ന സൗന്ദര്യദർശനമാണ്. അന്നയുടെ നോവൽ ഈ ദർശന ത്തിന്റെ ഉദാത്തമായൊരു അടയാളമാക്കുകയാണ് എന്ന് സൊന്റാഗ് വില യിരുത്തുന്നു.

അന്ന ബാൻടിയുടെ ലോകംപോലെ തന്നെ വിചിത്രവും ദാരുണവു മായൊരു ജീവിതത്തിന്റെ പ്രതിനിധിയാണ് റഷ്യൻ എഴുത്തുകാരൻ വിക്ടർ സെർജി. സെർജിയുടെ കൃതികളിൽ ശ്രദ്ധേയമായ *ദി കേസ് ഓഫ് കോമ്രേഡ് ടുലായ്വ്* (*The Case of Comrade Tulayev*) പഠന വിഷയമാക്കുകയാണ് സൊന്റാഗ്. സെർജിയുടെ ജീവിതം പലായനങ്ങ ളുടെയും സംഘർഷങ്ങളുടെയും പുസ്തകമായിരുന്നു. സാർ ഭരണകാ ലത്ത് രാജ്യത്തുനിന്ന് പുറപ്പെട്ടുപോവുകയും ബൽജിയത്തിൽ അഭയം തേടിയവരുമായിരുന്നു സെർജിയുടെ മാതാപിതാക്കൾ. കോമ്രേഡ് ടു ലായ്വിന്റെ ഇതിഹാസജീവിതത്തിലൂടെ തന്റെ ഭൂതകാലത്തെ വീണ്ടെ ടുക്കാനുള്ള ശ്രമങ്ങൾ നടത്തുകയാണ് സെർജി. മെക്സിക്കോ, ഫ്രാൻസ്, ബൽജിയം തുടങ്ങിയ രാജ്യങ്ങളിലായി ചിതറിപ്പോയ തന്റെ തീക്ഷ്ണ യൗവനത്തെയും ആസക്തികളെയും തിരിച്ചുപിടിക്കാനുള്ള ധൈര്യപ്പെ ടലുകളും അന്വേഷണങ്ങളുമാണ് സെർജിയുടെ കൃതിയെ അനശ്വരമാ ക്കുന്നത്. കമ്യൂണിസത്തിന്റെ ഉദയാസ്തമനങ്ങൾ വിപ്ലവത്തിന്റെ ദുര ന്തബോധം, പലായനം തുടങ്ങി ഒരു വ്യക്തിയുടെ ജീവിതവുമായി ബന്ധ പ്പെട്ടതെല്ലാം *കോമ്രേഡ് ടുലായ്വിൽ* സെർജി പങ്കുവയ്ക്കുന്നുണ്ട്. സൊന്റാഗിന്റെ നിരീക്ഷണങ്ങളിലൂടെയാണ് ഈ കൃതി കൂടുതൽ കരു ത്താർജിക്കുന്നത്. സെർജിയുടെ മരണാനന്തരം കണ്ടെടുത്ത് പ്രസിദ്ധീ കരിച്ച ഈ കൃതി സൗന്ദര്യത്തിന്റെ വന്യമായൊരു വഴിയാണെന്ന് സൊന്റാഗ് വിലയിരുത്തുന്നു. സൊന്റാഗിന്റെ സൗന്ദര്യാന്വേഷണതൃ ഷ്ണയെ തൃപ്തിപ്പെടുത്തിയ ഒരു കൃതി എന്നതുകൊണ്ട് തന്നെ *ദി കേസ് ഓഫ് കോമ്രേഡ് ടുലായ്വിന്റെ* പുനർവായനകൾ കാലത്തിന്റെ ജാഗ്രത കൂടിയാണെന്ന് തിരിച്ചറിയേണ്ടിയിരിക്കുന്നു. 'കവികളുടെ കത്തുകൾ' എന്ന് വിശഷിപ്പിക്കാവുന്ന ഒരു ഗ്രന്ഥം സൊന്റാഗിൽ വരുത്തിത്തീർത്ത പരിണാമത്തെ അടയാളപ്പെടുത്തുന്ന ലേഖനമാണ് പുസ്തകത്തിലെ ശ്രദ്ധേയമായ ഒന്ന്. എഴുതുമ്പോൾ പാലിക്കുന്ന ജാഗ്രതപോലെ തന്നെ വായിക്കുമ്പോഴും അതു നിലനിർത്തേണ്ടത് ആവശ്യമാണെന്ന് പ്രസ്തുത ലേഖനം അടയാളപ്പെടുത്തുന്നു. ബോറിസ് പാസ്റ്റർനാക്കും റിൽക്കെയും സ്വെറ്റായേവും തമ്മിലുള്ള അഭിജാതബന്ധത്തിന്റെ സാക്ഷ്യപത്രങ്ങളാണ് അവർ പരസ്പരമയച്ച കത്തുകൾ. ചരിത്രത്തിന്റെ ചോരയും കാല ത്തിന്റെ അക്ഷരങ്ങളുംകൊണ്ടു നിർമിച്ച മനുഷ്യേതിഹാസം എന്നാണ് സൊന്റാഗ് ഈ കത്തുകളെ വിശേഷിപ്പിക്കുന്നത്. സ്റ്റാലിൻ ഭരണകാലത്ത് എഴുത്തുകാർക്ക് നേരിടേണ്ടിവന്ന, പ്രത്യേകിച്ച് പാസ്റ്റർനാക്കിനും സ്വെറ്റാ യേക്കും നേരിട്ട ദുരനുഭവങ്ങളും എഴുത്തു ജീവിതത്തിലെ തിരസ്കാര ങ്ങളും പലായനങ്ങളും ഹൃദയം തുറന്ന് സൊന്റാഗ് ചർച്ച ചെയ്യുന്നു. സംസാരിക്കുമ്പോൾ അവരുടെ ശബ്ദകോശങ്ങളിൽനിന്ന് പുതിയൊരു സ്വപ്നം പിറവികൊള്ളുന്നതായും അത് യാഥാർഥ്യത്തിന്റെ സുന്ദര ലോക

ത്തക്കുള്ള ക്ഷണമായിരുന്നുവെന്നും സൊൻടാഗ് നിരീക്ഷിക്കുന്നുണ്ട്. എന്നാൽ കവികളുടെ കൂട്ടായ്മയ്ക്ക് പുതിയ ലോകത്തിന്റെ പിറവിയി ലേക്ക് എത്താനായില്ല. റിൽക്കെയുടെ ആകസ്മിക മരണം അവരുടെ സുന്ദര സ്വപ്നത്തിനുമേൽ കറുത്ത ചായം കോരിയൊഴിക്കുകയാണു ണ്ടായതെന്ന് സൊൻടാഗ് എഴുതുമ്പോൾ അതായിരുന്നു ജീവനുള്ള കവിത എന്നും അതായിരുന്നു ജീവനുള്ള സൗഹൃദമെന്നും വിളിച്ചുപറ യാൻ നമുക്ക് ധൈര്യമുണ്ടാകുന്നു. അപ്രശസ്തനായി ജീവിക്കുകയും അപ്രശസ്തനായി മരിക്കുകയും ചെയ്ത റഷ്യൻ എഴുത്തുകാരൻ ലിയോ നിഡ്ട് സിപ്കിൻ (1926-1982) എഴുതിയ *ബേദൻ ബേദനിലെ ഗ്രീഷ്മ കാലത്ത് (Summer in bedan bedan)* എന്ന നോവൽ ലണ്ടനിലെ ചാരിങ് ക്രോസ് തെരുവിലെ പുസ്തകക്കടയ്ക്ക് മുമ്പിലെ സെക്കന്റ് ഹാന്റ് പുസ്തകക്കൂമ്പാരങ്ങൾക്കിടയിൽ നിന്നാണ് സൊൻടാഗിന് ലഭിക്കുന്നത്. ശാസ്ത്രഗവേഷകൻ എന്ന പേരിൽ അധികമല്ലാത്ത പ്രശസ്തി നിഡ്ട്സി പ്കിന് ഉണ്ടായിരുന്നെങ്കിലും എഴുത്തുകാരൻ എന്ന നിലയിൽ ആരും അങ്ങനെ തിരിച്ചറിഞ്ഞിരുന്നില്ല. കാലം നടപ്പിലാക്കുന്ന ശിക്ഷ അനുഭ വിക്കാൻ തയാറായതിലൂടെ ചരിത്രം നിഡ്ട്സ്പികിനെ ഒഴിവാക്കുകയാ യിരുന്നുവെന്ന് സൊൻടാഗ് എഴുതുമ്പോൾ സെൻസർഷിപ്പിന്റെ കടുത്ത ഇടപെടലുകൾ നമുക്ക് ബോധ്യമാവുക തന്നെ ചെയ്യും.

മഹാനായ എഴുത്തുകാരൻ ഫയദോർ ദസ്തേവ്സ്കിയുടെ ജീവി തത്തെയും കാലത്തെയും അടയാളപ്പെടുത്തിക്കൊണ്ടാണ് *ബേദൻ ബേദ നിലെ ഗ്രീഷ്മകാലത്ത്* മുന്നോട്ടു നീങ്ങുന്നത്. ഫയദോറിന്റെ കുട്ടിക്കാല ഏകാന്തത, പിതാവിന്റെ പീഡനങ്ങൾ, ജയിൽകുറ്റവാളിയായി കഴിഞ്ഞ രാപ്പകലുകൾ, ഉന്മാദത്തോളം തന്നെ വളർന്ന ചൂതുകളി ഭ്രമം, അന്നയു മായുള്ള പ്രണയം, ജീവിതം എന്നിങ്ങനെ തിരശ്ശീലയിലെന്നപോലെ ഒഴുകിനീങ്ങുന്ന ദൃശ്യങ്ങൾകൊണ്ടാണ് നിഡ്ട്സിപ്കിൻ ഒരുക്കിയെടു ത്തിരിക്കുന്നത്. നോവലിസ്റ്റായ നിഡ്ട്സിപ്കിനും മുഖ്യകഥാപാത്രമായ ദസ്തേയ്വ്സ്കിയും തമ്മിൽ അധികദൂരമില്ല. പലപ്പോഴും രണ്ടുകാല ങ്ങളിൽ ജീവിച്ചിരുന്ന എഴുത്തുകാർ ഒരാൾ തന്നെയായി പ്രത്യക്ഷപ്പെടു ന്നു. ചില ഘട്ടങ്ങളിൽ തിരിച്ചറിയാനാകാത്ത വിധം ഈ പകർന്നാട്ടം വായനക്കാരെ അത്ഭുതപ്പെടുത്തുക തന്നെ ചെയ്യും. സൊൻടാഗ് പറയും പോലെ അതു ശരീരം വച്ചുമാറുന്നത് മാത്രമല്ല. ആത്മാവുകൾ ഒന്നായി ചേരുന്നതിന്റെ സൗന്ദര്യമാണ് ഇതിൽ നിന്നൊഴുകുന്നത് എന്നാണ്. *ബേദൻ ബേദനിലെ ഗ്രീഷ്മ കാലത്തെക്കുള്ള* ക്ഷണം കൂടിയാണ് ലിനോ നിഡ് ട്സിപ്കിനെയും നോവലിനെയും കണ്ടെത്തിയതിലൂടെ കാല ത്തിന്റെ പരിക്കുകളേൽക്കാതെ രക്ഷപ്പെട്ട സൗന്ദര്യത്തെ അനുഭവിക്കു കയായിരുന്നു താനെന്ന് സൊൻടാഗ് ഒരഭിമുഖത്തിൽ തുറന്നുപറഞ്ഞിട്ടു ണ്ട്. കാലവും ചരിത്രവും തിരസ്കരിച്ച അന്തസ്സിനെ സ്വീകരിക്കുന്നതി

ലൂടെ സൊന്റാഗ് പുതിയൊരു സാഹിത്യചരിത്രം തയാറാക്കുകയായിരു
ന്നു. *സാഹിത്യ ചരിത്രം പൂർത്തിയാക്കുന്നതിനിടയിലാണ്* സൊന്റാഗ് മര
ണത്തിനോടൊപ്പം കൂടിയത്. അത് ക്ഷണിക്കപ്പെടാത്ത വിരുന്നായിരു
ന്നെങ്കിലും ഭൂമിയിൽ അനുവദിച്ചുകിട്ടിയ അധിക ജീവിതത്തിനു കൂടി
നന്ദിപറഞ്ഞിട്ടാണ് സൊന്റാഗ് മടങ്ങിപ്പോയത്. മരണാനന്തര ജീവിതത്തിന്
നേരെ പൊട്ടിച്ചിരിച്ച സൊന്റാഗിന്റെ മരണാനന്തരം പ്രസിദ്ധീകൃതമായ
ഈ പുസ്തകം നമുക്ക് നേരെ സഗൗരവം പുതിയ സാഹിത്യ ചരിത്രമെ
ഴുതാൻ ആവശ്യപ്പെടുന്നുണ്ട്.

At The Same Time
Susan Sontag
Fassar Strans, New York

12

പോരാട്ടങ്ങളുടെ ഓർമ പുസ്തകം
മഹമൂദ് ദർവിഷ് മെമ്മറി ഫോർ ഫർഗറ്റ് ഫുൾനസ്

മഹമൂദ് ദർവിഷ്

എന്റെ പിതാവ് ഉഴവുകാരുടെ കുടുംബത്തിലെ ഒരംഗമായി രുന്നു. ഭൂമിയെക്കാളും പഴക്ക മേറിയ ഒരു കലപ്പ ഞങ്ങളുടെ വീട്ടിലുണ്ടായിരുന്നു. കലപ്പ മണ്ണിനോടും മണ്ണ് കലപ്പയോടും സംസാരിക്കുന്നത് ഞാനൊളി ച്ചിരുന്ന് കേട്ടിട്ടുണ്ട്. സംഭാഷ ണാനന്തരം ഞാനവയെ എന്റെ മണ്ണേ, എന്റെ കലപ്പേ എന്നു വിളിച്ചു. ഞാനെഴുതിയ ആദ്യ കവിതയിലെ ആദ്യ വരികൾ അതായിരുന്നു.

മഹമൂദ് ദർവിഷ്

ആളകമ്പടികളോ അലങ്കാര മുദ്രകളോ ഇല്ലാ തെയാണ് മഹമൂദ് ദർവി ഷിന്റെ കവിത നമ്മുടെ ഹൃദ യത്തിലേക്ക് പ്രവേശിക്കുന്നത്. അത് കാലത്തിന്റെ വാഗ്ദാനങ്ങളിലൊ ന്നായിരുന്നു. ശ്രുതി ശുദ്ധമായ കാൽപ്പനിക ഭംഗി വിട്ട് മിന്നൽപ്പിണരുക ളോടും രക്തനക്ഷത്രങ്ങളോടും ചങ്ങാത്തം കൂടുന്ന ദർവിഷിന്റെ കവി

തയ്ക്ക് ഒരു യോദ്ധാവിന്റെ ഹൃദയമാണുള്ളത്. പലസ്തീനിലെ ബർവ എന്ന ഗ്രാമത്തിൽ ജനിച്ച, ബൈറൂത്തിൽ താമസിച്ച, ഇപ്പോൾ പാരീ സിൽ ജീവിക്കുന്ന ദർവിഷിന്റെ സ്വപ്നങ്ങളിൽ നിറയെ പലസ്തീനാ ണ്. *ഒലിവിലകൾ* (Olive leaves - 1964) എന്ന കാവ്യസമാഹാരത്തിന്റെ ആമുഖത്തിൽ ദർവിഷ് എഴുതിയതുപോലെ "എന്റെ സ്വപ്ന പദ്ധതി കൾക്ക് ചുറ്റും എപ്പോഴുമൊരു കൊടുങ്കാറ്റിന്റെ ആരവമുണ്ടാകും. അതെന്റെ ചിന്തയുടെ വിശപ്പും ദാഹവുമാണ്. ഞാനതിനെ അഴിച്ചു വിടുംവരെ നിങ്ങളുടെ നല്ല സുഹൃത്തായിരിക്കും ഞാൻ."

പലസ്തീൻ ജനതയുടെ എക്കാലത്തെയും സ്വാതന്ത്ര്യപ്രഖ്യാപന മാണ് ദർവിഷിന്റെ വാക്കുകൾ. അത് ഉടഞ്ഞുപോയ കാലത്തെക്കുറി ച്ചുള്ള ഓർമപ്പെടുത്തലുകളാണ്. ആധുനിക അറബിക്കവിതയുടെ പതാ കാവാഹകരായ സയ്യാബിന്റെയും സ്വലാഹ് അബ്ദുസ്വബൂറിന്റെയും ഒപ്പം വെന്തു മലർന്ന മണ്ണിലേക്ക് ഇറങ്ങിനടന്ന ദർവിഷ് പുതിയ കാലത്തിന്റെ ചെയ്തികൾക്ക് നേരെ ഗർജിക്കുന്നത് നാമിപ്പോഴും അനുഭവിക്കുന്നുണ്ട്. അത് പ്രതിരോധത്തിന്റെ നിറയൊഴിക്കലും കവിതയുടെ അന്തസ്സുമാണ്.

ദർവിഷിന്റെ ഓർമകൾക്ക് ചോര മണക്കുന്ന ഒരു ഭൂതകാലമനസു ണ്ട്. അത് സദാ ചുട്ടുപഴുത്ത ലോഹത്തകിടുപോലെ വരണ്ട കാലങ്ങളെ വേദനിപ്പിച്ചുകൊണ്ടേയിരിക്കും. കവിതകളിൽ പ്രത്യക്ഷപ്പെടുന്ന മിന്നൽപ്പി ണരുകളിൽ അതെല്ലാം ദർവിഷ് പല കാലങ്ങളിലായി കൊത്തിവച്ചിട്ടു ണ്ട്. തീക്ഷ്ണവും വേദനാപൂർണവുമായ ഇത്തരം ആത്മാനുഭവങ്ങളിൽ നിന്നാണ് ദർവിഷ് എഴുതുന്നത്. കവിതയിലത് യൗവനത്തിന്റെ ജ്വാലാ മുഖങ്ങൾ തീർക്കുമ്പോൾ ഗദ്യത്തിലേക്ക് ജ്ഞാനത്തിന്റെയും സമചി ത്തതയുടെയും ആകാശക്കാഴ്ചകൾ ഒരുക്കിവയ്ക്കുന്നു. ഒരു കവിയുടെ ഗദ്യം അതിന്റെ അർഥത്തിലും ആഴത്തിലും നമ്മുടെ പാരമ്പര്യാധിഷ്ഠി തമായ ലാവണ്യ സങ്കൽപ്പങ്ങൾക്കു നേരെ കയർക്കുന്ന കാഴ്ചയാണ് മഹമൂദ് ദർവിഷിന്റെ *സ്മൃതി നാശത്തിനു വേണ്ടിയുള്ള ഓർമ* (*Memory for Forget Fulness*) എന്ന പുസ്തകം. ജീവിതത്തിന്റെ തകിടം മറിച്ചി ലുകൾക്കിടയിൽനിന്ന് ഉയിർത്തെഴുന്നേറ്റ് കാലത്തിന്റെയും സമൂഹത്തി ന്റെയും മുഖ്യധാരയിലേക്ക് കയറിവരാൻ പ്രയത്നിക്കുന്ന പലസ്തീൻ ജനതയുടെ ദുരിതങ്ങളിലേക്ക് തുറന്നുവെച്ച കാഴ്ചകളാണ് ദർവിഷിന്റെ പുസ്തകം. 'ദുരിതം' എന്ന പദം പലസ്തീൻ ജനതയ്ക്ക് അവരറിയാതെ ലഭിച്ച വിശേഷണമാണെങ്കിലും ദർവിഷിന്റെ പുസ്തകം പ്രധാനമായും ലക്ഷ്യം വയ്ക്കുന്നത് ഒരു ചരിത്രദൗത്യത്തെ മുന്നിൽ കണ്ടുകൊണ്ടാ ണ്. ഒരു ജനതയുടെ വിശുദ്ധ സംസ്കാരം അതിന്റെ മൂല്യങ്ങളോടെയും ആർജിത വ്യക്തിത്വത്തോടെയും സംരക്ഷിക്കപ്പെടേണ്ടുന്നതിന്റെ ആവ ശ്യകതയെക്കുറിച്ചുള്ള ചിന്തകളും പര്യാലോചനകളുമാണ് ഈ പുസ്തകം മുന്നോട്ടു വയ്ക്കുന്ന ആശയതലം. ജീവിതത്തിനും അതിജീ

വനത്തിനുമിടയിൽ ഒറ്റപ്പെട്ടുപോയ ഒരു സംസ്കാരത്തിന്റെ നിലയ്ക്കാത്ത നിലവിളി ഇതിൽനിന്ന് ഉയർന്നു കേൾക്കുന്നുണ്ട്. അത് ചരിത്രത്തിന്റെ ബധിരകർണങ്ങൾ തുറപ്പിക്കുംവരെ ഉയർന്നുകൊണ്ടേയിരിക്കുമെന്ന് ദർവിഷ് ഓർമപ്പെടുത്തുന്നു.

1982 ൽ ലെബനന്റെ നേർക്കുണ്ടായ ഇസ്രായേലി ആക്രമണ കാല ത്തെക്കുറിച്ചുള്ള ഓർമകളിൽനിന്നാണ് ഈ പുസ്തകം ജനിക്കുന്നത്. "ആക്രമണങ്ങൾ ഒരു പരമ്പരയാണ്. അതിനൊരു വേട്ടയാടലിന്റെ വൃത്തി കെട്ട മനസുണ്ട്. അത് ചരിത്രത്തിന്റെ വൃത്തികെട്ട തീരുമാനമായിരിക്കാം" ദർവിഷ് എഴുതുന്നു. ഷെല്ലിങ്ങിലൂടെ തകർക്കപ്പെട്ട ഒരു നഗരത്തിന്റെ ശിരസ്സുകൾക്കിടയിലൂടെയാണ് ദർവിഷ് ഓർമകൾ തേടി നടക്കുന്നത്. ദർവിഷ് എഴുതുന്നു "പോർ വിമാനങ്ങൾ എന്റെ തലയ്ക്ക് മുകളിൽ നൃത്തം ചെയ്യുന്നുണ്ടായിരുന്നു. ഹിരോഷിമ ദിനമായ ഇന്ന് (ഓഗസ്റ്റ് – 6) ചരിത്രം ആവർത്തിക്കുകയാണോ? ഭയം എന്നെ വിട്ടൊഴിഞ്ഞിരുന്നു. അല്ലെങ്കിൽ ഭയപ്പെടാൻ മാത്രമായി ഇനി എന്താണ് ബാക്കിയുള്ളത്?"

ദർവിഷിന്റെ പുസ്തകം മുന്നോട്ടുവയ്ക്കുന്ന ചോദ്യങ്ങളെ നമുക്ക ത്രപെട്ടെന്ന് നേരിടാനാവില്ല. അതിനൊരുത്തരം പറയണമെങ്കിൽ നമുക്ക് കാലങ്ങളോളം നിശ്ശബ്ദരായിരിക്കേണ്ടതുണ്ട്. നെരൂദ പറയുംപോലെ

ഒരു കവിയുടെ ചോദ്യത്തിന് ഒരുപാട് മൂർച്ചകളുണ്ട്! ദർവിഷിന്റെ ചോദ്യങ്ങൾ വേട്ടമൃഗങ്ങളുടെ മനസും പേറി നടക്കുന്നവർക്ക് നേരെ യുള്ള നിറയൊഴിക്കൽ തന്നെയാണ്. ആക്രമണങ്ങളെയും അതി ന്റെ രാഷ്ട്രീയ താൽപ്പര്യങ്ങളുടെയും ആഴങ്ങളന്വേഷിക്കുന്നതിനോ ടൊപ്പം ദർവിഷ് ചിന്തിച്ചുറപ്പിക്കുന്ന ചോദ്യങ്ങൾക്ക് പിന്നിൽ അതി ശക്തമായൊരു സാംസ്കാരിക ദൗത്യം കൂടിയുണ്ട്. അത് പുതിയ ചിന്തയുടെ സാധ്യതയിലേക്കും സ്വാതന്ത്ര്യത്തിലേക്കുമാണ് വിരൽ ചൂണ്ടുന്നത്. ഒരു സംസ്കാരത്തിന്റെ വിശുദ്ധിയെ ഉന്മൂലനം ചെയ്യു ന്നതിലൂടെ ലോകം നടപ്പാക്കുന്ന നീതി എന്താണെന്നും പല സ്തീൻ ജനതയുടെ ജീവിതം താറുമാറാക്കുന്നതിലൂടെ എന്താ ണ് നേടുന്നതെന്നുമാണ് ദർവിഷ് ചോദിക്കുന്നത്. ഇതിനെല്ലാം കൂടി ഒരുത്തരം ഞാൻ പ്രതീക്ഷിക്കുന്നില്ല എന്ന് പരിഹാസത്തോടെ ദർവിഷ് വിളിച്ചുപറയുമ്പോൾ കെട്ട കാലത്തന്റെ വൃത്തികെട്ട മനസ്സ് നമുക്ക് ശരിക്കും കാണാൻ കഴിയുന്നുണ്ട്. തകർന്നുവീണ തെരു വുകളും നിലവിളികളും ചിന്നിച്ചിതറിയ മാംസക്കഷ്ണങ്ങളും കണ്ണീരു വീണ് കുതിർന്ന മണ്ണും നിങ്ങൾക്ക് അറപ്പുണ്ടാക്കിയേ ക്കും. എന്നാൽ ഞാനീ മണ്ണിനെ അമർത്തി ചുംബിക്കുന്നു. ഇതിനു താഴെ എന്റെ വേരുകൾ ചതഞ്ഞുകിടപ്പുണ്ട്. അതിലിപ്പോഴും രക്ത മൊഴുകുന്നുണ്ട്. അതെനിക്ക് നാളേക്ക് വേണ്ടി കരുതിവയ്ക്കേ ണ്ടതുണ്ട്.

എന്ന് ദർവിഷ് എഴുതുമ്പോൾ പ്രാക്തനമായ ഭൂതകാല സ്ഥലികളി ലേക്ക് നമുക്ക് പ്രവേശിക്കാനാകുന്നു. ദർവിഷിന്റെ വാക്കുകൾ ഒരോർമ പ്പെടുത്തൽ മാത്രമായിരുന്നില്ല. ഒരു ജനതയുടെ വിശുദ്ധമായ പ്രാർഥന കൂടിയായിരുന്നു.

മനോഹരമായൊരു പ്രഭാതസ്വപ്നത്തിൽ നിന്നാണ് മഹത്തായ ഈ പുസ്തകം സമാരംഭിക്കുന്നത്. നക്ഷത്രാലംകൃതമായൊരു സ്വപ്നമായി രുന്നില്ല അതെങ്കിലും അതിൽ നിറയെ ഓർമകളുടെ പേലവ സുഗന്ധമു ണ്ടായിരുന്നു. ദർവിഷിലെ കവി അവിടെയെല്ലാം ഒരു പുഴ എന്ന പോലെ ഒഴുകി നിറയുകയാണ്. ഉഴുതുമറിച്ച മണ്ണിലൂടെ, പുതിയ വിത്തു വിതച്ച്, കള പറിച്ച്, വേരുണരുന്നത് കണ്ട്, തൊടിയിലെ കിളികളുടെ പാട്ടുകേട്ട്, അകലങ്ങളിൽ നിന്നൊഴുകിവരുന്ന നിലാവിനെ കാത്ത് ദർവിഷിന്റെ ഓർമ കൾ വല്ലാതെ ആനന്ദമനുഭവിക്കുന്നുണ്ട്. എന്നാൽ അടുത്ത നിമിഷം പോർ വിമാനങ്ങളുടെ കാതടപ്പിക്കുന്ന ശബ്ദം സ്വപ്നസ്മൃതികൾക്കുമേൽ കറുത്ത നിഴൽ ചാർത്തുന്നു. കത്തിയെരിയുന്ന നഗരശിരസ്സുകൾക്കും മരുപ്പറമ്പുകളായി തീർന്ന കൃഷിയിടങ്ങൾക്കുമിടയിൽ എന്താണ് സംഭ വിച്ചതെന്ന് ദർവിഷ് ചോദിക്കുന്നു. ഉത്തരം കണ്ടെത്താനാകാത്തവിധം നാം അന്ധരും ഒറ്റപ്പെട്ടവരുമായിപ്പോയി എന്ന് ദർവിഷിന്റെ കവിത നമു ക്കൊരു മറുപടി നൽകുന്നുണ്ടെങ്കിലും ദർവിഷ് ആ മറുപടിയിൽ തൃപ്ത നല്ല. "1982 ഓഗസ്റ്റ് ആറിലെ ആ നരച്ച പകൽ അത്ര പെട്ടെന്ന് എനിക്ക് മറക്കാനാവില്ല. ഹൃദയം നുറുങ്ങിപ്പോകും മുൻപ് എനിക്കിതെല്ലാം എഴു തിത്തീർക്കണം എന്നായിരുന്നു ലക്ഷ്യം." ദർവിഷ് പിൽക്കാലത്ത് രച നാനുഭവങ്ങളെഴുതി.

പലസ്തീൻ ജനതയുടെ സ്വാതന്ത്ര്യത്തിനും പുരോഗതിക്കും വേണ്ടി അക്ഷീണം പ്രയത്നിച്ചതിന്റെ, പ്രയത്നിച്ചുകൊണ്ടിരിക്കുന്നതിന്റെ സ്മാര കമാണ് *സ്മൃതിനാശത്തിനു വേണ്ടിയുള്ള ഓർമ*. ബെയ്റൂട്ടിലെ നഗര ചത്വരങ്ങളിലും തെരുവുകളിലും വെച്ച് കണ്ടുമുട്ടിയവരുടെ വിലാപങ്ങ ളിൽ നിന്ന് പ്രതീക്ഷയുടെതായ ഒരു നവശബ്ദം ഉയിർത്തെഴുന്നേൽക്കു മെന്ന് 'ഓർമപുസ്തക'ത്തിൽ ദർവിഷ് വരച്ചിടുന്നുണ്ട്. അതൊരു കവിയുടെ പേലവമായ സ്വപ്നം മാത്രമല്ല എന്ന് അനുബന്ധമായി ദർവിഷ് ഓർമപ്പെടുത്തുമ്പോൾ പുതിയ കാലത്തിന്റെ ജാഗ്രത അതിൽ നെഞ്ചുയർത്തി നിൽക്കുന്നത് കാണാം. "എല്ലാം എരിഞ്ഞമരുമ്പോഴും എന്തൊക്കെയോ ബാക്കിയാകുന്നുണ്ട്" എന്ന നെരൂദയുടെ വരികൾ ദർവി ഷിന്റെ സ്വപ്നത്തിന് പുതിയൊരു നിർവചനം നൽകുന്നുണ്ട്.

ഊഷ്മളമായ ഒരു സ്വപ്നത്തിൽനിന്ന് ഊഷ്മളമായ മറ്റൊരു സ്വപ്ന ത്തിലേക്കുള്ള ഒരു ജനതയുടെ പലായനം ദർവിഷ് സ്വപ്നംകാണുന്നു. ഇത്തരമൊരനുഭവം പങ്കുവച്ചുകൊണ്ടാണ് ദർവിഷ് മഹത്തായ ഈ പുസ്തകം അവസാനിപ്പിക്കുന്നത്. അതുകൊണ്ടു തന്നെ *സ്മൃതി നാശ*

ത്തിനു വേണ്ടിയുള്ള ഓർമ പലസ്തീനിന്റെ മനഃസാക്ഷിപ്പുസ്തകമാണ്. ആഴത്തിൽ വേരോട്ടമുള്ള ഒരു സംസ്കാരത്തിന്റെ മണ്ണും മനസും ഇതിൽ ഉണർന്നു കിടക്കുന്നു. വേട്ടയാടപ്പെട്ട ഓർമകൾക്ക് മുന്നിൽ നിന്നുകൊണ്ട് ദർവിഷ് ഇപ്പോഴും പാടുന്നു. അതു പുതിയ കാലത്തിന്റെ ഉജ്ജ്വല ശബ്ദ മാണ്. എല്ലാം നഷ്ടപ്പെടുമ്പോഴും എന്തൊക്കെയോ ബാക്കിയാകുന്നു ണ്ടെന്ന ഓർമപ്പെടുത്തൽ അതിൽനിന്ന് പൊട്ടിയൊഴുകുന്നുണ്ട്. പോരാ ട്ടത്തിന്റെ നിലയ്ക്കാത്ത ഒഴുക്ക്.

എന്റെ വാക്കുകൾ ഗോതമ്പായിരുന്നപ്പോൾ
    ഞാൻ മണ്ണായിരുന്നു.
എന്റെ വാക്കുകൾ രോഷമായിരുന്നപ്പോൾ
    ഞാൻ കൊടുങ്കാറ്റായിരുന്നു
എന്റെ വാക്കുകൾ പാറയായിരുന്നപ്പോൾ
    ഞാൻ നദിയായിരുന്നു.
എന്റെ വാക്കുകൾ തേനായി മാറിയപ്പോൾ
    ഈച്ചകൾ എന്റെ ചുണ്ടുകളെ പൊതിഞ്ഞു.
            (വിവർത്തനം – കെ എം അജീർകുട്ടി)

Memory For Forget Fulnes
Mahmoud Darwish
University of California Press

13

സൗന്ദര്യത്തെക്കുറിച്ച് വീണ്ടും
ഉംബർട്ടോ എക്കോ *ഓൺബ്യൂട്ടി*

ഉംബർട്ടോ എക്കോ

എന്താണ് സൗന്ദര്യം? സൗ
ന്ദര്യംപോലെതന്നെ നിർവചി
ക്കാനാകാത്തൊരു ചോദ്യമാ
ണിതെന്ന് ഇറ്റാലിയൻ എഴു
ത്തുകാരനായ ഉംബർട്ടോ
എക്കോ പറയുന്നു. ഉംബർ
ട്ടോ എക്കോ ഇത് പറയുന്ന
തിന് കാലങ്ങൾക്ക് മുമ്പേ
അപകടകരമായ ഈ ഉത്ത
രംതേടി ചാൾസ് ഓഗ്ഡനും
ഐ എ റിച്ചാർഡ്സും ജെം
സ്വുഡ്ഡും നടന്നിട്ടുണ്ട്. അവ
രുടെ ചിന്തയിൽനിന്നും അനു
ഭവങ്ങളിൽനിന്നും ഊറിക്കൂ
ടിയ സൗന്ദര്യസത്തയെ ഒടു
വിലവർ സൗന്ദര്യശാസ്ത്ര
ത്തിന്റെ അടിസ്ഥാന (The
Foundation of Asethetics)
ത്തിൽ നിർവചിക്കുകയാണ്
ചെയ്തത്. ഈ പുസ്തകം
ഇന്നും സൗന്ദര്യ ശാസ്ത്രാന്വേഷണകരുടെ വേദപുസ്തകമാണ്. എഴു
ത്തിലും ജീവിതത്തിലും അനുഭവവേദ്യമാക്കുന്ന സൗന്ദര്യതലങ്ങളെ മനു

ഷ്യോൽപ്പത്തി മുതലിങ്ങോട്ടുള്ള സംസ്കാരങ്ങളുമായി ചേർത്തുവച്ചു കൊണ്ടാണ് അവർ പഠിച്ചത്. അതുകൊണ്ടു തന്നെ അത്തരമൊരു പുസ്ത കത്തിന്റെ അന്തസ്സ് പിൽക്കാലത്ത് ഇതിനെക്കുറിച്ച് പഠിക്കുവാനാഗ്രഹി ക്കുന്നവരെ കൂടുതൽ പ്രചോദിപ്പിച്ചിട്ടുണ്ടാകണം. ജിബ്രാൻ പറഞ്ഞതു പോലെ "സൗന്ദര്യമേ, നീ എന്നെ അമർത്തി ചുംബിക്കുക. നിന്നിൽ ഞാനൊരു പൂവായിത്തീരട്ടെ" എന്ന് പതുക്കെ മന്ത്രിക്കുവാൻ കൊതി ക്കുന്നവർ ഭൂമിയിൽ ഇനിയും ഉണ്ടാവുക തന്നെ ചെയ്യും.

ഉംബർട്ടോ എക്കോ എഡിറ്റു ചെയ്ത *ഓൺബ്യൂട്ടി (On Beauty)* സൗന്ദര്യത്തെ അടിസ്ഥാനമാക്കിയുള്ള പ്രാചീനവും ആധുനികവുമായ ഒരു നിർവചനപുസ്തകമാണ്. എക്കോ പ്രധാനമായും ഇതിൽ ചർച്ചാ വിഷയമാക്കുന്നത് ചിത്രകലയുമായി ബന്ധപ്പെട്ട വികാസ പരിണാമങ്ങ ളുടെയും സാംസ്കാരിക വളർച്ചയുടെയും ആസ്വാദനത്തിൽ നാളിതു വരെ ഉണ്ടായിട്ടുള്ള ബൗദ്ധിക-സർഗാത്മക ഇടപെടലുകളെക്കുറിച്ചാണ്. എക്കോ പറയുന്നു "ആശയങ്ങൾ നിറങ്ങൾ കൊണ്ടുമാത്രമല്ല ഒരു ചരി ത്രകാരൻ പങ്കുവയ്ക്കുന്നത്. നിറങ്ങൾക്കുള്ളിൽ തുളുമ്പിനിൽക്കുന്നൊരു ഭാഷയുണ്ട്. ഭാഷക്കുള്ളിൽ സംഗീതമുണ്ട്. സംഗീതത്തിന് ഇന്ദ്രിയങ്ങളെ വലിച്ചു തുറക്കാനാകും." വികാരസാന്ദ്രമായി എക്കോ ഇതുപറയുമ്പോൾ ഒരു ചിത്രം എങ്ങനെയൊക്കെ ആസ്വദിക്കാനാകും എന്നുള്ള പാഠം കൂടി നമുക്ക് തിരിച്ചറിയാനാകുന്നുണ്ട്.

ഒരു ചിത്രത്തെ വിവിധ കോണുകളിലൂടെ വീക്ഷിക്കുമ്പോൾ സംഭ വിക്കുന്ന ആസ്വാദനതലമാണ് അതിന്റെ സൗന്ദര്യത്തെ ഉദാത്തമാക്കു ന്നത്. നമ്മുടെ മനസും ക്യാൻവാസിൽ രൂപംകൊണ്ട ചിത്രവും തമ്മിൽ ഒരു നിശ്ചിതബോധത്തിൽ സമന്വയിക്കുന്നു. ഇത്തരം സമന്വയത്തിന് സത്യത്തിനോടുള്ള സംവാദാത്മകതയാണ് പ്രാഥമികമായും ഉണ്ടാകേ ണ്ടത്. അത് ആത്യന്തികമായ ഏകത്തിലേക്ക് എത്തിച്ചേരുമ്പോൾ സൗ ന്ദര്യം അനുഭവപ്പെടും. ചിത്രകലയുടെ പരിണാമഘട്ടങ്ങളിലെല്ലാം തന്നെ ഇത്തരമൊരു സൗന്ദര്യബോധം സൃഷ്ടിക്കപ്പെട്ടിട്ടുണ്ട്. ഉംബർട്ടോ എക്കോ തന്റെ ചിത്രകലാ ജ്ഞാനത്തെ പുതിയ കാലവുമായി ബന്ധപ്പെടുത്തി ക്കൊണ്ടാണ് അവതരിപ്പിക്കുന്നത്. അതുകൊണ്ടുതന്നെ ചിത്രകലയിൽ ഇതുവരെ സംഭവിച്ചിട്ടുള്ളതും ഇനി സംഭവിക്കാനിരിക്കുന്നതുമായ എല്ലാം അദ്ദേഹത്തിന്റെ നിർവചനങ്ങളെ ആധികാരികമായി മാറ്റുന്നു എന്നത് പ്രത്യേകം പരാമർശിക്കപ്പെടേണ്ടതാണ്.

എന്തുകൊണ്ട് ചിത്രകല? സംഗീതത്തിനും സാഹിത്യത്തിനും കഴി യാത്തതെന്താണ് ചിത്രകലയിൽ സംഭവിക്കുന്നത്? ചോദ്യങ്ങളുടെ നീണ്ട നിരയെ ആദ്യംതന്നെ എക്കോ നേരിടുന്നുണ്ട്. എക്കോ ചോദിക്കുന്നു. "എല്ലാം ചിത്രത്തിലാക്കാൻ നാം വ്യഗ്രതപ്പെടുന്നത് എന്തുകൊണ്ടാണ്? നോവൽ ചിത്രമാക്കുന്നു. സംഗീതാനുഭവം ചിത്രമാക്കുന്നു. പ്രകൃതിയു

മായി ബന്ധപ്പെട്ടതെല്ലാം ചിത്രത്തിലാക്കാൻ നാം ഉത്സാഹിക്കുന്നു. ചരിത്രം ചിത്രത്തിലേക്ക് വഴിമാറിക്കൊണ്ടിരിക്കുന്ന കാലത്താണ് നാം ജീവിക്കുന്നത്. അതുകൊണ്ട് ചിത്രകലയിൽ ഞാൻ കൂടുതൽ താൽപ്പ ര്യപ്പെടുന്നു." എക്കോയുടെ അഭിപ്രായത്തെ മറികടന്നു പോകുവാൻ നമു ക്കാവില്ല. അത്രയ്ക്ക് ആഴത്തിൽ ചിന്തിച്ചുറപ്പിച്ച സൗന്ദര്യാനുഭവങ്ങൾ ഉപയോഗിച്ചാണ് എക്കോ ചിത്രകലയെ വായിക്കുന്നത്. ശിൽപ്പകലയിലും അതുമായി ബന്ധപ്പെട്ട കലാവിഭാഗങ്ങളിലും സംഭവിച്ചുകൊണ്ടിരിക്കുന്ന പരിണാമങ്ങൾ മനുഷ്യമനസിനെ എത്രത്തോളം അനുഭവപ്പെടുത്തു ന്നുവോ അതിനെ ആശ്രയിച്ചായിരിക്കും സൗന്ദര്യത്തിന്റെ ആകർഷണം രൂപപ്പെടുകയെന്ന് ഇതിനനുബന്ധമായി എക്കോ സൂചിപ്പിക്കുന്നുണ്ട്. ഇത്തരമൊരഭിപ്രായം ശിൽപ്പകല ഉൾപ്പെടെയുള്ള കലകളിലേക്കുള്ള പുതിയ സഞ്ചാരപഥങ്ങളുടെ സാധ്യതകളെ ഓർമപ്പെടുത്തുന്നു എന്നത് ശ്രദ്ധേയമാണ്.

പ്രാചീനവും കുലീനവുമായ ഗ്രീസിന്റെ സൗന്ദര്യചരിത്രത്തെ അട യാളപ്പെടുത്തിക്കൊണ്ടാണ് *ഓൺഡ്യൂട്ടി* സമാരംഭിക്കുന്നത്. ഹെലന്റെ സൗന്ദര്യനിരീക്ഷണങ്ങളും സൗന്ദര്യസാധ്യതകളും അപകടങ്ങളും എക്കോ മനോഹരമായി അവതരിപ്പിക്കുന്നുണ്ട്. സ്നേഹത്തിന് ഒരളവു വരെ സൗന്ദര്യവുമായി ബന്ധമുണ്ടെന്ന് ഗ്രീക്ക് മിത്തോളജിയിലെ ചില കഥാപാത്രങ്ങളെയും മുഹൂർത്തങ്ങളെയും സ്പർശിച്ചുകൊണ്ട് എക്കോ അഭിപ്രായപ്പെടുന്നുണ്ട്. സൗന്ദര്യത്തെ ജീവിതവുമായി ബന്ധപ്പെടുത്തി പഠിക്കുന്നതിനെക്കാൾ ഉചിതം കലയുമായി ബന്ധപ്പെടുത്തി വിശകലനം ചെയ്യുന്നതാണെന്ന് എക്കോ ഉറച്ചുവിശ്വസിക്കുന്നു. കലയും സംസ്കാ രവും സമന്വയിച്ച ഏകാനുഭവത്തിന്റെ അടിസ്ഥാനത്തിൽനിന്നാണ് എക്കോ ഗ്രീസിന്റെ പൗരാണിക സൗന്ദര്യസ്ഥലികളിലേക്ക് എത്തുന്ന ത്. ഹെലന്റെ സൗന്ദര്യം സ്നേഹത്തിന്റെകൂടി ഭാഗമാണെന്നും അത് ഗ്രീസിന്റെ ചരിത്രത്തെ പുതിയൊരു അനുഭവത്തിലേക്ക് നയിക്കുകയാ യിരുന്നുവെന്നും എക്കോ എഴുതുന്നുണ്ട്. അപ്പോളോനിയൻ സൗന്ദര്യ ത്തെക്കുറിച്ചുള്ള നീഷെയുടെ പരാമർശവും പാർത്തിനോൺ ക്ഷേത്ര സമുച്ചയ സൗന്ദര്യത്തെക്കുറിച്ചുള്ള അനുഭവങ്ങളും ഇതിനനുബന്ധമായി എക്കോ ആധികാരികമായി തന്നെ ചർച്ചയ്ക്ക് വിധേമാക്കുന്നു.

ഗ്രീക്ക് മിത്തോളജിയിലെ സൗന്ദര്യാന്വേഷണംപോലെ തന്നെ വൃത്യസ്ത സാംസ്കാരങ്ങളിലേക്ക് കടന്നുചെന്നുകൊണ്ട് നൂതനമായ ചില ഇടപെടലുകളും എക്കോ നടത്തുന്നുണ്ട്. മിത്തോളജിയിൽ പ്രകാ ശിതമാകുന്ന സൗന്ദര്യത്തെ ഹൃദയവിശാലതയോടെയാണ് എക്കോ സ്വീകരിക്കുന്നത്. എവിടെയും സൗന്ദര്യം കാണും. അത് ആസ്വദിക്കാ തിരിക്കുമ്പോഴാണ് കാലം നമ്മോട് കലഹം കൂട്ടുന്നതെന്ന് എക്കോ മിത്തോളജിയെ അടിസ്ഥാനമാക്കിയുള്ള നിരീക്ഷണത്തിൽ പരാമർശി ക്കുന്നുണ്ട്. കലയുടെ ചരിത്രത്തെയും സൗന്ദര്യത്തെയുംകുറിച്ചുള്ള പഠ

നത്തിൽ അരിസ്റ്റോട്ടിൽ മുതൽ ഇമാനുവൽ കാന്റുവരെയുള്ളവരുടെ നിരീ
ക്ഷണങ്ങളെക്കുറിച്ച് ആധികാരികമായി എക്കോ ചർച്ച ചെയ്യുന്നുണ്ട്.
ഇത്തരമൊരു സൗന്ദര്യവായനയെ പുതിയ കാലത്തിന്റെ സാധ്യതകളു
മായി ചേർത്തുവച്ചുകൊണ്ടാണ് എക്കോ സ്വീകരിക്കുന്നത് എന്നത് ശ്രദ്ധേ
യമാണ്.

നൂറ്റാണ്ടുകളിലൂടെ കടന്നുവന്ന സൗന്ദര്യാനുഭവങ്ങളെക്കുറിച്ച് ആധി
കാരികമായി എഴുതപ്പെട്ട ചരിത്രരേഖ കൂടിയാണ് *ഓൺബ്യൂട്ടി*. ഗ്രീസിന്റെ
പ്രാചീമായ സംസ്കാരത്തിൽനിന്ന് തുടങ്ങി ഇരുപതാം നൂറ്റാണ്ടുവരെ
യുള്ള കാലസൗന്ദര്യത്തിന്റെ വിവിധ വീക്ഷണകോണുകളിലൂടെ നോക്കി
ക്കാണുകയാണ് എക്കോ. പതിനഞ്ചാം നൂറ്റാണ്ടിലുണ്ടായ സൗന്ദര്യവിപ്ല
വങ്ങൾ, ഗ്രീക്ക് ചിത്രകലയിലുണ്ടായ മുന്നേറ്റങ്ങൾ തുടങ്ങി യന്ത്രസം
സ്കാരത്തിന്റെ കാലത്ത് ആസ്വാദനത്തിലുണ്ടാക്കിയ സൗന്ദര്യതലങ്ങ
ളെക്കുറിച്ചുള്ള ബൗദ്ധിക-സർഗാത്മക നിർവചനങ്ങൾകൊണ്ടാണ്
എക്കോ ഈ പുസ്തകം തയാറാക്കിയിട്ടുള്ളത്. നമ്മുടെ സൗന്ദര്യസ
ങ്കൽപ്പങ്ങളെ നവീകരിക്കാനും കൂട്ടിച്ചേർക്കാനും *ഓൺബ്യൂട്ടി* ഒരു ദിശാ
സൂചിയായി മാറുകയാണിവിടെ.

On Beauty - A History of a Western Idea
edited by - Umberto ECCO, Seeker & WarBurg, London

14

മാനത്തിനുമേൽ വീണ വെയിൽനാളങ്ങൾ

റെയ്നർ മാരിയ റിൽകെ ഡയറീസ്
ഓഫ് എ യംഗ് പൊയറ്റ്

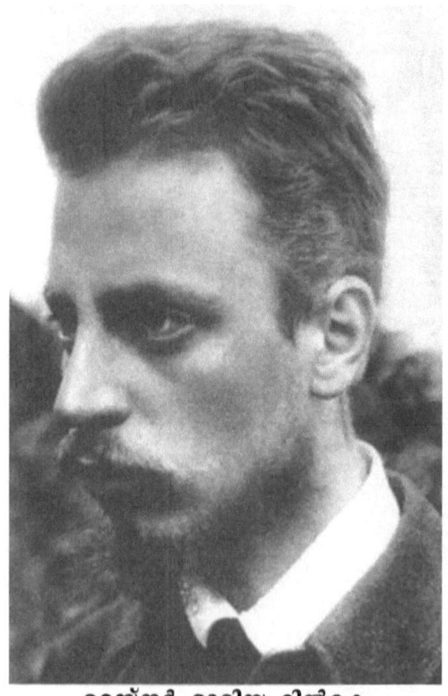

റെയ്നർ മാരിയ റിൽകെ

കവിതപോലെതന്നെ പല വസുഗന്ധം പൊഴിക്കുന്ന താളുകൾ കൊണ്ട് ഹൃദ്യമാണ് റെയ്നർ മാരിയ റിൽകെയുടെ ഒരു ചെറുപ്പക്കാരൻ കവിയുടെ ഡയറിക്കുറിപ്പുകൾ (Diaries of a young poet). ഈ കുറിപ്പുകൾക്ക് റിൽകെയുടെ പ്രസിദ്ധമായ യുവകവിക്കുള്ള കത്തുകളിൽ (Letter's to a young poet) നിന്നുള്ള നീരൊഴുക്കാണ് ഡയറിക്കുറിപ്പുകളിലാകെ ഒഴുകി പ്പരന്ന നനവ്. ഡയറിക്കുറിപ്പുകളിലൊരിടത്ത് ഓർമകളെ റിൽകെ 'നനവോർമ' എന്നാണ് വിശേഷിപ്പിക്കുന്നത്. ഇരുപതാം നൂറ്റാണ്ടിന്റെ ഹൃദയത്തുടിപ്പുകൾക്കൊപ്പം വൈയക്തികമായ അനുഭവങ്ങളും ഓർമകളും സ്വപ്നങ്ങളും കൊണ്ട് റിൽകെ മനോഹരമായൊരു കവിത ഒരുക്കിവച്ചിരിക്കുകയാണെന്നേ ഡയറിക്കുറിപ്പുകൾ

വായിക്കുമ്പോൾ തോന്നു. ഗദ്യപദ്യ സൗന്ദര്യനാളങ്ങളാൽ ഇഴ ചേർത്തൊ രുക്കിയെടുത്ത ഭാഷയുടെ പ്രസാദമധുരമായ താളാത്മകത വായനയിലെ ഒഴുക്കിനെ അനുഭവവേദ്യമാക്കുന്നുണ്ട്. റിൽകെയുടെ 'എഴുതപ്പെടാത്ത ആത്മകഥ'യായിക്കൂടി ഈ ഡയറിക്കുറിപ്പുകൾ മാറുന്നു എന്നതാണ് ഈ പുസ്തകം നമുക്ക് തരുന്ന വിരുന്ന്.

1898 ഏപ്രിൽ പതിനഞ്ചിനും 1900 ഡിസംബർ ഇരുപത്തിരണ്ടിനു മിടയിലുള്ള കാലയളവാണ് പ്രധാനമായും ഡയറിക്കുറിപ്പുകളിലെ ജീവി തകാലം. ആർദ്രമായ കാവ്യ നിർവചനങ്ങളിലൂടൊഴുകി വിശുദ്ധമായ ജീവിത നിർവചനങ്ങളിലെത്തുന്ന അനുഭവങ്ങൾക്ക് ഒരു പുഴയുടെ താരു ണ്യമാണുള്ളത്. ചിന്തയുടെ ഗിരിനിരകളും സ്വപ്നങ്ങളുടെ ഋതുകാന്തി നിറഞ്ഞ താഴ്വാരങ്ങളും കവിതയുടെ അഭിജാതമായ കൽപ്പടവു കളുംകൊണ്ട് ഒരുക്കിയെടുത്തവയാണ് ഓരോ താളുകളും. ഇടയ്ക്കിടെ പ്രത്യക്ഷപ്പെടുന്ന ഏകാന്തതകളിൽ റിൽകെ അലിഞ്ഞുചേരുന്നതു പോലെ തോന്നും. റിൽകെ എഴുതുന്നു.

ഏകാന്തതയ്ക്ക് ഒരു പ്രാർഥനയുടെ മുഖമാണുള്ളത്. തനിച്ചിരി ക്കുമ്പോഴെല്ലാം അത് മെല്ലെ ഒഴുകിവന്നെന്നെ ചുംബിച്ചുണർത്തും. ഏകാന്തതയും ഞാനും നല്ല കൂട്ടുകാരായിരുന്നു. ഞങ്ങൾ പ്രണ യത്തിലായിരുന്നു. വേർപിരിയാനാകാത്തവിധം ഞങ്ങൾ ഒന്നായി ക്കഴിഞ്ഞിരുന്നു!

നക്ഷത്രങ്ങൾ കൊരുത്തെടുക്കുമ്പോലെയാണ് റിൽകെയുടെ എഴു ത്ത്. അവിടെ ഭാഷയുടെ ശാഠ്യങ്ങളോ വഴുക്കലുകളോ നമ്മെ ഭയപ്പെടു ത്തുകയയില്ല. ടൂസ്കാൻ ഗ്രാമത്തിലൂടെ നടന്നുപോകുന്ന റിൽകെയെ തന്നെയാണ് നാം ഫ്ളോറൻസ് നഗരത്തിലും വച്ച് കണ്ടുമുട്ടുന്നത്. ആഴ ത്തിൽ വേരോട്ടമുള്ള ഫ്ളോറൻസിലെ ചിത്രകലാ പാരമ്പര്യത്തിലേക്കും നവോത്ഥാനകലകളിലേക്കും ചരിത്രത്തിന്റെ അഗാധമൗനങ്ങളിലേക്കും റിൽകെ എത്രതവണ തോണി തുഴഞ്ഞിട്ടുണ്ടാകുമെന്ന് എണ്ണിയെടുക്കാ നാവില്ല. സുകുമാരകലകളെക്കുറിച്ചുള്ള നിർവചനങ്ങളിലെല്ലാം റിൽകെ പ്രവാചകസദൃശ്യമായ ഒരനുഭവം പങ്കുവയ്ക്കുന്നത് കാണാം. അവിടൊ രിക്കലും സാങ്കേതികത്വത്തിന്റെ 'മിടുക്ക്' റിൽകെ പ്രദർശിപ്പിച്ചിട്ടില്ല. റിൽകെ എഴുതുന്നു: "വാക്കുകൾക്ക് അനുസരണയുള്ള അനുഭവങ്ങളെ സ്വീകരിക്കാനുള്ള മാനസിക വ്യക്തിത്വമുണ്ടാക്കണം. അതിന് എല്ലാവ രെയും നോക്കി പുഞ്ചിരിക്കാനും സങ്കടപ്പെടാനും കഴിയണം!" റിൽകെ യുടെ ഡയറിത്താളുകളിൽ നിറയെ സ്വസ്ഥതയുടെയും അസ്വസ്ഥതയു ടെയും ഇടയിൽ പടർന്നുകയറിയ മുന്തിരിവള്ളികളാണ്. അത് നമ്മുടെ ഇത്തിരിപ്പോന്ന ആഹ്ളാദങ്ങൾക്ക് മുകളിൽ പുതിയൊരാകാശം ഒരുക്കു ന്നതുപോലെ തോന്നും.

ഫ്ളോറൻസിലേക്കുള്ള നിരന്തര യാത്രകളിൽനിന്നാണ് റിൽകെ നവോത്ഥാനചിത്രകലാസംസ്കാരത്തിലേക്ക് പ്രവേശിക്കുന്നത്.

ഫ്ളോറൻസിലെ പുരാതനദേവാലയങ്ങളിൽ ആലേഖനം ചെയ്തിരുന്ന ചുവർ ചിത്രങ്ങൾ സ്വപ്നസഞ്ചാരിയായ റിൽകെയെ വർണശബളമായ ഭൂതകാലത്തിലേക്ക് വഴി നടത്തി. *ഓർഫ്യൂസിനുള്ള ഗീതകങ്ങ(Sonnets to Orpheus)*ളിൽ റിൽകെ എഴുതിയിട്ടുള്ളതു പോലെ അതൊരു പ്രലോ ഭനം മാത്രമായിരുന്നില്ല. അനിവാര്യമായൊരു മടങ്ങിപ്പോക്കു കൂടിയായി രുന്നു! മടക്കയാത്രകളിൽ വച്ചാണ് ഫ്ളോറൻസിന്റെ പുത്രന്മാരായ മൈക്കലാഞ്ചലോയെയും റാഫേലിനെയും റിൽകെ കണ്ടുമുട്ടുന്നത്. അവർക്കൊപ്പമായി റിൽകെയുടെ പിന്നീടുള്ള ജീവിതം. 'അവർ ഭൂമിയി ലെങ്കിലും അവരുടെ നിറങ്ങൾ എന്നോട് പിശുക്കുകാട്ടാതെ സംസാരിച്ചു. അവരുടെ ശബ്ദം കൊടുങ്കാറ്റിന്റെ അലർച്ചയെക്കാൾ ഭയാനകമായിരുന്നു. പക്ഷേ, എന്റെ കേൾവിയിലേക്കത് സംഗീതംപോലെ പെയ്തിറങ്ങി. റിൽകെ എഴുതി.

കവിതപോലെ തന്നെ പ്രണയവും റിൽകെയുടെ ഹൃദയത്തെ അമർത്തിച്ചുംബിച്ചിരുന്നതിന്റെ വികാരസാന്ദ്രമായ അനുഭവങ്ങൾ തുടി ക്കുന്ന താളുകളിൽ മിഴിനീട്ടി നിൽക്കുന്നത് കാണാം. റിൽകെയെക്കാൾ പതിനാറ് വയസ്സ് കൂടുതലുള്ള ലൗസലോമിയുമായുള്ള ക്ഷണികപരി ചയം റിൽകെയ്ക്ക് വിശുദ്ധമായൊരു ആത്മയാനം കൂടിയായിരുന്നു. സലോമി റിൽകെയെക്കുറിച്ചെഴുതിയ ഓർമക്കുറിപ്പുകൾ (*Looking Back*) നിറയെ ഇരുവരും തമ്മിലുണ്ടായിരുന്ന ആത്മബന്ധത്തിന്റെ നീല ഞരമ്പുകൾ തെളിഞ്ഞു കാണാം. 1897 മാർച്ച് പതിമൂന്നിനാണ് റിൽകെ സലോമിയെ പരിചയപ്പെടുന്നത്. കാരവൈസ്തോഫിനെ വിവാഹം കഴി ച്ചതിനുശേഷവും റിൽകെയും സലോമിയും തമ്മിലുള്ള വിശുദ്ധ സൗഹൃദം നിലനിന്നിരുന്നുവെന്നറിയുമ്പോൾ ആ ബന്ധത്തിന്റെ സുഗന്ധം നമുക്ക് അനുഭവവേദ്യമാകുന്നുണ്ട്. തന്റെ പേരിനൊപ്പമുണ്ടാ യിരുന്ന റെനിയെന്ന ഭാഗം അടർത്തിമാറ്റി റെയ്നർ എന്നാക്കിയതും നേപ്പിൾസ് ഉൾപ്പെടെയുള്ള പുതിയ ലോകകാഴ്ചകളിലേക്കുള്ള യാത്ര കളൊരുക്കിയതും സലോമിയായിരുന്നുവെന്ന് ഡയറിത്താളുകൾ സാക്ഷ്യ പ്പെടുത്തുന്നുണ്ട്.

ഷാമാർജെൻഡോഫിൽ കഴിയുമ്പോൾ റിൽകെ എഴുതിയ രണ്ടാ മത്തെ ഡയറിക്കുറിപ്പുകൾ കാവ്യാത്മകമായ അനുഭൂതികളുടെ പകർന്നാ ട്ടങ്ങളായിരുന്നു. പ്രകൃതിയും വിഭ്രാന്തിയും കടുംനിറങ്ങൾ കൊണ്ടലങ്ക രിച്ച കിനാവുകളുംകൊണ്ട് കവിതയുടെ മായികഭംഗി മുഴുവൻ ആ താളു കളെ വല്ലാതെ മോഹിപ്പിക്കുന്നുണ്ട്. ഡയറിയുടെ മൂന്നാംഭാഗം 1900 സെപ്തംബർ മുതലാണ് സമാരംഭിക്കുന്നത്. അസ്വസ്ഥമാംവിധം വളർന്നു പൊന്തിയ റിൽകെയുടെ പേലവചിത്തത്തിന്റെ മുറിവുകൾ എല്ലാ താളു കളിലും തെളിഞ്ഞുകാണാനാകും. തീരുമാനിച്ചുറപ്പിച്ച യാത്രകൾക്കു ണ്ടായ നിരന്തര തടസങ്ങൾ, സ്വപ്നപദ്ധതികൾക്കേറ്റ തിരസ്കാരങ്ങൾ, വിശ്രുത ശില്പിയായ അഗസ്റ്റെറോഡിനെക്കുറിച്ചുള്ള നിറമുള്ള ഓർമ കൾ, അഴകിനാൽ ആടിയുലഞ്ഞരാപ്പകലുകൾ, മുടിനരച്ച സായാഹ്നങ്ങൾ,

വേനലിന്റെ കൊമ്പുതട്ടി ഉടഞ്ഞുപോയ തടാകങ്ങൾ--റിൽകെയുടെ ഭാവ നയിലാകെയൊരു പാരുഷ്യത്തിന്റെ കലർപ്പ്. മരണത്തെക്കുറിച്ച് എഴു തുമ്പോൾ റിൽകെയുടെ ഹൃദയം വല്ലാതെ പിടയ്ക്കുന്നത് കാണാം. അതൊരു പിടച്ചിൽ മാത്രമല്ലെന്നും ഒരു സംഗീതോപകരണത്തിന്റെ ആലാ പനമാണെന്നും കൂട്ടിച്ചേർക്കുമ്പോൾ നമുക്ക് അത്ഭുതമില്ല, ആദരവാണ് റിൽകെയോടുണ്ടാകുന്നത്.

Diaries of A Young Poet
Rainer Maria Rilke
W W Nortan Newyork - London

15

നമ്മെയോർത്ത് സരമാഗു ലജ്ജിക്കാതിരിക്കട്ടെ

ഷൂസെ സമരമാഗു ദി നോട്ട് ബുക്ക്

ഷൂസെ സമരമാഗു

മനുഷ്യരുടെ കണ്ണിൽപ്പെടാ തിരിക്കാനാണ് മരണം കറു ത്തകണ്ണടയും ധരിച്ച് നടക്കു ന്നത്. കലാകാരനും സംഗീത ജ്ഞനും അതിന്റെ ആവശ്യ മില്ല. മരണത്തിനപ്പുറം ജീവി തമില്ലെന്ന് അറിഞ്ഞുകൊണ്ട് തന്നെ അവർ മനുഷ്യർക്കൊപ്പം കഴിയുന്നു.

ഡെത്ത് അറ്റ്
ഇന്റർവെൽസ്/ ഷൂസെ
സമരമാഗു.

ഷൂസെ സരമാഗു എഴുത്തു കാർക്കിടയിലെ അത്ഭുതവും അത്ഭുതങ്ങൾക്കിടയിലെ എഴുത്തുകാരനുമാണ്. അപ കടകരമായി ജീവിക്കാൻ കിട്ടുന്ന ഒരവസരവും നിങ്ങൾ പാഴാക്കരുതെന്ന് ആവർ

ത്തിച്ച് ഓർമിപ്പിക്കുന്ന സരമാഗുവിന്റെ ബ്ലോഗ് കുറിപ്പുകളുടെ സമാഹാ രമാണ് *ദി നോട്ട് ബുക്ക് (The Note Book).* ബ്ലോഗെഴുതിയ കാലത്തെ സരമാഗുവിന്റെ പ്രായം കൂടി നമുക്കിവിടെ കണക്കിലെടുക്കേണ്ടതുണ്ട്.

ഒരെൺപത്തി ഏഴുകാരന്റെ ബ്ലോഗിനു ചുറ്റും ചെറുപ്പക്കാരുടെ ഒരു വലിയ സംഘം തമ്പടിച്ചിരുന്നു എന്നറിയുമ്പോൾ എഴുത്തിന്റെ പൗരുഷത്തെ നമുക്ക് അഭിനന്ദിച്ചേ മതിയാകൂ. സരമാഗു എഴുതുന്നു,

ചെറുപ്പക്കാർക്കിടയിലെ വൃദ്ധനും വൃദ്ധന്മാർക്കിടയിലെ ചെറുപ്പക്കാരനുമായിരുന്നു ഞാൻ. ബ്ലോഗെഴുതിത്തുടങ്ങിയതോടെ എന്റെ പ്രണയം പൂർവാധികം ശക്തിയോടെ മടങ്ങിവന്നു. ഞാൻ നല്ല സ്പോർട്സ്മാനായി. എന്റെ ഇന്റലക്ചൽ നിലപാടുകൾക്ക് പുതിയ നിർവചനങ്ങളുണ്ടായി. ചെറുപ്പക്കാരനെന്ന ക്ലബ് ഷോകൾക്ക് ക്ഷണിക്കാൻ തുടങ്ങി. എന്നെ എനിക്ക് നഷ്ടപ്പെടുകയാണോ അതോ വീണ്ടെടുക്കുകയാണോ എന്ന് തിരിച്ചറിയാനാവാത്ത വിധം കുഴങ്ങിയ കാലം കൂടിയായിരുന്നു അത്.

പ്രമേയ സ്വീകരണത്തിലും ആഖ്യാനത്തികവിലും സരമാഗു പുലർത്തുന്ന ജാഗ്രതയുടെ തെളിഞ്ഞ മാതൃകകകൾ തന്നെയാണ് അദ്ദേഹത്തിന്റെ ബ്ലോഗ് കുറിപ്പുകൾ. 2008 സെപ്റ്റംബർ മുതൽ 2009 ഓഗസ്റ്റ് വരെയുള്ള കാലയളവിൽ ബ്ലോഗിൽ പ്രസിദ്ധപ്പെടുത്തിയ കുറിപ്പുകൾ ഒരു പുസ്തകമാക്കാൻ തെരഞ്ഞെടുക്കുമ്പോൾ സരമാഗു ആദ്യവും അവസാനവും സംശയിച്ചതേ ഇല്ല. എഴുതുന്നതിനു മുൻപുള്ള ധൈര്യം എഴുതിക്കഴിഞ്ഞും ഉണ്ടാവണമെന്ന സരമാഗുവിന്റെ നിലപാട് *ദി നോട്ട്ബുക്കിനു* പിന്നിലുണ്ടായിരുന്നുവെന്ന് ബ്ലോഗ് രചനയിൽ അദ്ദേഹത്തെ സഹായിച്ച സുഹൃത്ത് സെർജിയോ ലെട്രിയോ വെളിപ്പെടുത്തുന്നുണ്ട്. ജീവിതം, മതം, വിശ്വാസം, രാഷ്ട്രീയം, സാമ്രാജ്യത്വം, ഇടതുപക്ഷചിന്തകൾ, അപചയങ്ങൾ ഓർമകൾ, സുഹൃത്തുക്കൾ തുടങ്ങി എല്ലാം കൂടിക്കുഴഞ്ഞ കുറിപ്പുകളിൽ നിന്നൊരു തെരഞ്ഞെടുപ്പ് അസാധ്യമായിരുന്നുവെന്ന് സരമാഗു പറയുന്നുണ്ട്. ഇതിൽത്തന്നെ ചർച്ചയിലേക്കും നിശ്ശബ്ദതയിലേക്കും തുറക്കുന്നവാതിലുകൾ കാണാമെന്നും ഇതു വായിച്ച് നിങ്ങൾ നിശ്ശബ്ദതയുടേതായ വാതിൽ തുറന്നു പുറത്തേക്കു പോകുന്നെങ്കിൽ നിങ്ങളെ ഓർത്ത് ഈ ഭൂമിയിൽ ലജ്ജിക്കുന്ന ഒരേയൊരാൾ ഞാനായിരിക്കുമെന്നും സരമാഗു എഴുതുമ്പോൾ തകിടംമറിഞ്ഞകാലത്തിന്റെ വിഴുപ്പുകൾ നമുക്ക് കൂടി അലക്കാനുള്ളതാണെന്ന യാഥാർഥ്യം അംഗീകരിക്കേണ്ടിവരുന്നു.
ഇടതുപക്ഷ എഴുത്തിന്റെയും ചിന്തയുടെയും ശക്തനായ വക്താവായിരുന്ന സരമാഗു താൻ വിശ്വസിക്കുന്ന പ്രസ്ഥാനത്തിന്റെ അപചയത്തെ അടിസ്ഥാനമാക്കി എഴുതിയിട്ടുള്ള കുറിപ്പുകളാണ് *ദി നോട്ബുക്കിൽ* ആദ്യം നമ്മുടെ ശ്രദ്ധയിൽപ്പെടുക. "ഇടതുപക്ഷം ഇന്നെവിടെയാണ്?" എന്ന സരമാഗുവിന്റെ ആഴത്തിൽ വേരോട്ടമുള്ള ചോദ്യത്തെ നേരിടാൻ പ്രത്യയശാസ്ത്ര ചിന്തകന്മാരും നേതാക്കന്മാരും ഇന്നും ധൈര്യപ്പെട്ടിട്ടില്ല. അവരുടെ മൗനം തകർക്കാനാകാത്ത വിധം തണുത്തുറഞ്ഞു പോയി എന്ന് സരമാഗു കുറ്റപ്പെടുത്തുമ്പോൾ വിശ്വാസങ്ങൾക്ക് സംഭവിച്ച ഗുരുതരമായ പരിക്ക് ശരിക്കും നമുക്ക് ബോധ്യപ്പെടുന്നുണ്ട്.

പോർച്ചുഗലിലെ ഇടതുപക്ഷ പ്രവർത്തകർക്കൊപ്പം ദീർഘകാലത്തെ പ്രവർത്തന പാരമ്പര്യമുള്ള സരമാഗുവിന്റെ ചോദ്യങ്ങൾക്ക് പിന്നിൽ അതിശക്തമായൊരു നീരൊഴുക്കുണ്ട്. അത് പോർച്ചുഗലിന്റെ ഇടതുപക്ഷ സംസ്കാരത്തിനും ദർശനത്തിനുമുണ്ടായ അപചയമാണെന്നും അർജന്റീനിയൻ മാധ്യമങ്ങൾക്ക് മുൻപിൽ ഇടതുപക്ഷത്തിന്റെ ബൗദ്ധിക നിലപാടുകൾ അടിയറവ് വച്ചപ്പോഴാണ് അത് രൂക്ഷമായതെന്നും സരമാഗു വെളിപ്പെടുത്തുന്നു. അതുപോലെ തന്നെ ആധുനിക ലോകത്തിന്റെ പൊള്ളത്തരങ്ങളെക്കുറിച്ചും ഇടതുപക്ഷത്തിന്റെ മുന്നോട്ടുള്ള വഴിയെക്കുറിച്ചും അവർ കൈക്കൊള്ളേണ്ട കാലോചിതമായ നിലപാടുകളെക്കുറിച്ചും സരമാഗു തുറന്നുപറയുന്നു.

കുറിപ്പുകളിലെ ശ്രദ്ധേയമായ മറ്റൊരനുഭവം അമേരിക്കൻ സാമ്രാജ്യത്വ ശക്തിക്കെതിരായി സരമാഗു നടത്തുന്ന ഒറ്റയാൾ പോരാട്ടമാണ്. 2008 ലെ അമേരിക്കൻ പ്രസിഡന്റ് തെരഞ്ഞെടുപ്പ് കാലത്താണ് സരമാഗുവിന്റെ ബ്ലോഗ് കുറിപ്പുകൾ പ്രത്യക്ഷപ്പെട്ടുതുടങ്ങുന്നത്. ഇതിനു പിന്നിൽ കൃത്യമായൊരു അജണ്ട സരമാഗുവിന് ഉണ്ടായിരുന്നു എന്ന കാര്യത്തിൽ സംശയമില്ല. *നോട്ട്ബുക്കിലെ* ഒരു ലേഖനം (ജോർജ് ഡബ്ല്യു ബുഷ് അഥവാ നുണകളുടെ കാലം) മുന്നോട്ടുവയ്ക്കുന്ന രാഷ്ട്രീയ നിലപാടുകൾ സാമ്രാജ്യത്വത്തിനെതിരായ സന്ധിയില്ലാ സമരപ്രഖ്യാനപങ്ങളാണ്. 'അമേരിക്ക എന്ന വലിയ രാജ്യവും ജോർജ് ഡബ്ല്യൂ ബുഷ് എന്ന ചെറിയ പ്രസിഡന്റും' എന്ന് സരമാഗു എഴുതുമ്പോൾ പൊരുത്തക്കേടുകൾക്കും ഇൻ ബാലൻസിനുമിടയിൽ അകപ്പെട്ടുപോയ പാവം അമേരിക്കൻ ജനതയെക്കുറിച്ചുള്ള ഉൽക്കണ്ഠകളായി അതു പരിണമിക്കുന്നത് കാണാം.

'അമേരിക്കൻ പ്രസിഡന്റ് ബുദ്ധിപരമായ പാപ്പരത്തവും മധുരവും സുഗന്ധവും കലർന്ന ഫ്ലേവറുകൾ കലർത്തിയ നുണകൾ രാജ്യത്തിനകത്തും പുറത്തും പ്രചരിപ്പിക്കാനുള്ള കഴിവും' എന്നൊക്കെപ്പറഞ്ഞാണ് സരമാഗു അമേരിക്കൻ സാമ്രാജ്യത്വത്തിനെതിരെ വാളുയർത്തുന്നത്. സരമാഗു എഴുതുന്നു; "പുതിയ കാലത്ത് ഇത്രസാങ്കേതികത്തകരാറുള്ള റോബർട്ടിനെ ആരെങ്കിലും നിർമിക്കുമോ" എന്നും "ലോകത്തുനിന്ന് സത്യത്തെ പുറത്താക്കിയ ധീര നായകൻ" എന്നും വിശേഷിപ്പിച്ചുകൊണ്ടാണ് സരമാഗു ബുഷിനെതിരെ നീങ്ങുന്നത്. തുടർന്ന് ഇറാഖിലെ അമേരിക്കൻ യുദ്ധ തന്ത്രങ്ങളെക്കുറിച്ചും ബുഷിന്റെ വികലമായ രാഷ്ട്രീയ നിലപാടുകളെക്കുറിച്ചും സംസ്കാരത്തെ തകർത്തെറിയുമ്പോൾ ബുഷിനു ലഭിക്കുന്ന ആനന്ദത്തെക്കുറിച്ചുമെല്ലാം മുനവെച്ച ഭാഷയിലാണ് സരമാഗു എഴുതുന്നത്. അത്യുഗ്രശേഷിയുള്ള അനവധി ആയുധങ്ങൾ അമേരിക്കക്ക് ഉണ്ടെങ്കിലും നുണ പ്രധാന ആയുധമാക്കിയ ഒരു ഏകാധിപതി ഇനി ചരിത്രത്തിലുണ്ടാകുമോ എന്ന് ബുഷിനെ മുൻനിർത്തിക്കൊണ്ടുള്ള സരമാഗുവിന്റെ സംശയം ഇന്നും കെട്ടുപോയിട്ടില്ല.

ഇടതുപക്ഷത്തിന്റെ അപചയംപോലെ തന്നെ ഗൗരവമായി

കാണേണ്ട ഒന്നാണ് യൂറോപ്പിലെ കത്തോലിക്കാ സഭയ്ക്കുണ്ടായ അപ ചയമെന്ന് സരമാഗു എഴുതുന്നു. റാട്സിങ്ങർ പോപ്പും കർദിനാളന്മാരും ബിഷപ്പുമാരും വർണശബളമായ വേഷം ധരിച്ച് സുവർണ മുദ്രക ളണിഞ്ഞ് വിശ്വാസികൾക്കു മുൻപിൽ പ്രദർശനം നടത്തുമ്പോൾ ക്രിസ്തുവിനെക്കൂടി ഒന്നോർക്കണമെന്ന് സരമാഗു പറയുന്നു. അനാകർഷ കവും പിന്നിപ്പോയതുമായ വസ്ത്രം ധരിച്ചാണ് ക്രിസ്തു രോഗികളു ടെയും സാധാരണക്കാരുടെയും ഇടയിലൂടെ നടന്നത്. അവനെ ഓർക്കാ തിരുന്നതു കൊണ്ട് നിങ്ങൾ വിശുദ്ധന്മാരാകാതിരിക്കില്ല എന്നും ബുഷിനെ ലഭിച്ചതുപോലൊരു ചെരിപ്പേറ് ഇനി പുരോഹിതന്മാർക്ക് നേരെ അധികം വൈകാതെ ഉണ്ടാകുമെന്നും സരമാഗു ഓർമിപ്പിക്കുന്നു.

ജീവിതത്തിൽനിന്ന് മരണത്തിലേക്കുള്ള ദൂരത്തിന് രണ്ട് നിദ്രകൾക്കി ടയിലെ ദൂരമെന്നെഴുതിയ സരമാഗു എഴുത്തിനും പോരാട്ടങ്ങൾക്കുമിട യിൽ മറന്നുപോയ ചില ഓർമകളെ പെറുക്കിയെടുത്ത് അവതരിപ്പിക്കുന്ന കാഴ്ച ആരെയും വിസ്മയിപ്പിക്കും. പോർട്ടുഗീസ് മഹാകവി ഫെർനാൻ ദോപെസോവയെക്കുറിച്ചുള്ള സരമാഗുവിന്റെ ഓർമകൾക്ക് വല്ലാത്തൊരു സുഗന്ധമുണ്ട്. സരമാഗുവിന്റെ ഒരു നോവലിലെ പ്രധാന കഥാപാത്ര മായി വരുന്ന പെസോവയുടെ കാവ്യജീവിതത്തിന്റെ പ്രത്യേകതകൾ തന്നെ പലകാലങ്ങളിലായി അത്ഭുതപ്പെടുത്തിയിട്ടുണ്ടെന്ന് സരമാഗു എഴു തുന്നു. പെസോവയെപ്പോലെ തന്നെ സരമാഗുവിന് ഏറെ പ്രിയപ്പെട്ട എഴുത്തുകാരനാണ് ബ്രസീലിയൻ നോവലിസ്റ്റ് അമാദു. അമാദുവിന്റെ എഴുത്തുജീവിതത്തെ കുറഞ്ഞ വാക്കുകൾകൊണ്ട് സരമാഗു അടയാള പ്പെടുത്തുന്നത് ഓർമകളുടെ ഒരു സമുദ്രത്തെ അളന്നെടുക്കും പോലെ യാണ്.

മെക്സിക്കൻ നോവലിസ്റ്റ് കാർലോസ് ഫ്യൂയന്തിസ്, ബുദ്ധാപെസ്റ്റ് എന്ന നോവലിലൂടെ ശ്രദ്ധേയനായ ഷിക്കോബുവാർ ക്യൂസി ഹൊലാന്റ തുടങ്ങിയ പ്രശസ്തർക്കൊപ്പം അപ്രശസ്തരെയും ചേർത്തുവച്ചുകൊ ണ്ടൊരു ഘോഷയാത്ര നടത്തുകയാണ് കുറിപ്പുകളിലൂടെ സരമാഗു. ഇവിടെ പ്രശസ്തർ-അപ്രശസ്തർ എന്ന വികലവിഭജനം വായനക്കാർ തിരഞ്ഞെടുക്കുന്ന ഒരു വഴിയാണ്. സരമാഗു ഒരിക്കൽപ്പോലും ഇത്തര മൊരു വിഭജനത്തിലൂടെ എഴുത്തുകാരുടെ അന്തസ്സ് ചോർത്തിക്കളയു ന്നില്ല. *മെമ്മോറിയൽ ഓഫ് ദി കോൺവന്റ്* (*Memorial of the Con- vent* 1982) എന്ന നോവലിൽ സരമാഗു എഴുതിയിട്ടുള്ളത് ഇവിടെ ഓർമി ക്കാവുന്നതാണ്. "എഴുത്തുകാരന് ഒരു ശരീരമേ ഉള്ളൂ. പല ശരീരങ്ങ ളുടെ ഉൽക്കണ്ഠകളവനില്ല. അവന്റെ ഒറ്റയ്ക്കുള്ള നിൽപ്പ് അവന്റെ അന്ത സിന്റെ കൊടിയടയാളമാണ്." എഴുത്തുകാരെക്കുറിച്ചുള്ള സരമാഗുവിന്റെ നിലപാടുകൾക്ക് മനുഷ്യാന്തസ്സിനോളം പഴക്കവും ആവേശവുമുണ്ടെന്ന് പലകുറിപ്പുകളും വ്യക്തമാക്കുന്നുണ്ട്.

'ക്ഷോഭത്തിന്റെ ഒരു സമുദ്രം കൊണ്ടുനടക്കുന്ന മനുഷ്യൻ' എന്നാണ് സരമാഗുവിനെ അദ്ദേഹത്തിന്റെ സമകാലികർ വിശേഷിപ്പിച്ച

ത്. സ്റ്റോൺ റാഫ്റ്റി (*Stone Raft*)ലും *ദി* ഡബിളി (*The Double*)ലും ഡെത്ത് അറ്റ് ഇന്റർവെൽസി (*Death at intervals*) ലുമെല്ലാം ക്ഷോഭ ത്തിന്റെ ദാർശനിക നിർവചനങ്ങൾ നമ്മൾ വായിച്ചനുഭവിച്ചവരാണ്. 'മനു ഷ്യപക്ഷത്തു നിന്നുകൊണ്ട് കാലത്തിനോട് തർക്കിക്കാൻ എനിക്കിഷ്ട മാണെ'ന്ന് വിളിച്ചുപറഞ്ഞ സരമാഗുവിന്റെ എഴുതപ്പെടാത്ത ആത്മകഥ യായി *ദി നോട്ട് ബുക്കി*നെ നമുക്ക് സ്വീകരിക്കാമെന്നു തോന്നുന്നു. സാമൂ ഹ്യ-രാഷ്ട്രീയ-സാമ്രാജ്യത്വ-മത വിഷയങ്ങളിലെ അധാർമികവും സത്യ സന്ധമല്ലാത്തതുമായ നിലപാടുകൾക്ക് നേരെ കയർത്തുകൊണ്ടിരുന്ന സരമാഗുവിന്റെ ബ്ലോഗ് കുറിപ്പുകൾ അദ്ദേഹത്തിന്റെ മരണാനന്തരവും ചർച്ചാവിഷയമാണ് എന്നത് ശ്രദ്ധേയമാണ്. സരമാഗു എഴുതിയിട്ടുള്ളതു പോലെ 'ഈ കുറിപ്പുകൾക്ക് രണ്ടുവഴികളാണുള്ളത്. ആദ്യത്തേത് നെടു ങ്കൻ ചർച്ചകളിലേക്കും രണ്ടാമത്തേത് നിശ്ശബ്ദതയിലേക്കും. നിശ്ശബ്ദത യിലേക്കാണ് നിങ്ങൾ പോകുന്നതെങ്കിൽ നിങ്ങളെ ഓർത്ത് ഞാൻ ല ജ്ജിക്കുക തന്നെ ചെയ്യും. *ദി നോട്ട് ബുക്ക്* നമ്മുടെ ചർച്ചകളുടെ പാഠ പുസ്തകമാകട്ടെ; നമ്മെ ഓർത്ത് സരമാഗു ലജ്ജിക്കാതിരിക്കട്ടെ.

The Note Book
Jose Saramago

16

കൃഷ്ണമണികൾ ചേദിച്ചിരുന്ന അതേ കത്തി

ദാലി ഹിഡൻ ഫേസസ്

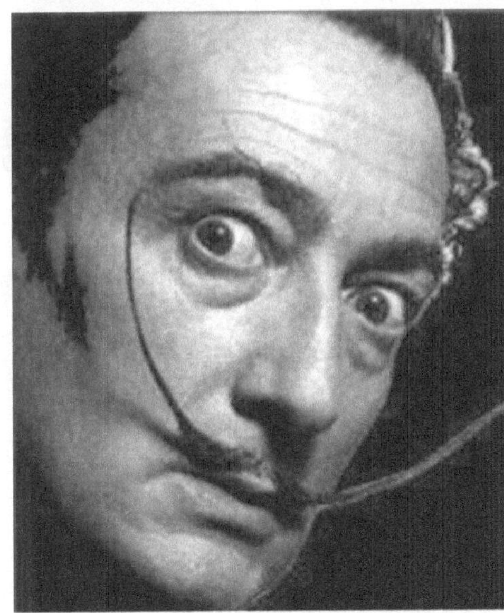

ദാലി

I

ഇയാൻ ഗിബ്സ നിന്റെ *The Shameful life of Salvador Dali* എന്ന ജീവചരിത്രപുസ്ത കത്തിൽ ദാലിയെ ഗിബ് സൻ വിശേഷിപ്പിക്കുന്നത് വിവേകിയായ ഉന്മാദി എന്നാണ്. വിവേകവും ഉ ന്മാദവും മാറിമാറി ഭരിച്ച ഒരു ഹൃദയമായിരുന്നു സാൽവദോർ ദാലിയുടേ ത്. അതിൽ നിറയെ ഭ്രമ കൽപ്പനകളുടേതായ ഒരു വിചിത്രലോകംതന്നെ ദാലി പണികഴിപ്പിച്ചിരു ന്നു. കൃഷ്ണമണികളെ ചേദിച്ചിരുന്ന അതേ കത്തികൊണ്ടാണ് ദാലി

സ്വപ്നങ്ങളെയും പങ്കുവച്ചിരുന്നത്. ഫ്രോയ്ഡുമായി ദാലി നടത്തിയ സ്വപ്ന വിശദീകരണത്തിൽ ദാലി പറയുന്നു "പ്രകാശം തീരെ കുറഞ്ഞ സ്വപ്നങ്ങളോട് എനിക്ക് വല്ലാത്തൊരിഷ്ടമുണ്ട്. കാരണം എനിക്കവയെ മെഴുകി വെളിപ്പിച്ചെടുക്കാമല്ലോ" എന്ന്. സ്വപ്നങ്ങൾപോലെ തന്നെ ഓർമ

കളുടെ നേർക്കും ദാലി ഇതേ നിലപാടാണ് എടുത്തിരിക്കുന്നത്. മണ്ണി ലേക്ക് വേരുകളാഴ്ത്തി നിൽക്കുന്ന ഓർമകളെ ഞാൻ വെറുക്കുന്നു. എനിക്ക് വേണ്ടത് ആകാശത്തേക്ക് തുറിച്ചുനോക്കുന്ന വേരുകളാണ് എന്ന് ദാലി പറയുമ്പോൾ ദാലിയെപ്പോലെ തന്നെ ആ ഓർമകളും ആകാശ ത്തേക്ക് തുറിച്ചുനോക്കുന്നതായി നമുക്കനുഭവപ്പെടുന്നു.

ദാലിയുടെ ഏകനോവൽ ഹിഡൻ ഫെയ്സസിന്റെ (*Hidden Faces*) ആമുഖം വായിക്കുമ്പോൾ ജലാംശം നഷ്ടപ്പെട്ട നരച്ച വേരുകൾ ആകാ ശത്തേക്ക് തുറിച്ചുനോക്കി നിൽക്കുന്നത് കാണാം. അത് ഭയാനകമാ യൊരു കാഴ്ചയാണ്. ഭൂമിയിലെ സുന്ദരവസ്തുക്കളെയെല്ലാം ഒരുനിമിഷം കൊണ്ടു നാം മറന്നുപോകും. രണ്ടാം ലോക മഹായുദ്ധത്തിന്റെ കെടു തികൾക്കും വിലാപങ്ങൾക്കും മധ്യത്തിൽനിന്നാണ് ദാലി ഹിഡൻ ഫെയ്സ് (1943) അവതരിപ്പിക്കുന്നത്. അതുകൊണ്ടുതന്നെ ആദ്യന്തം സംഘർഷഭരിതമായ ഒരു കാലത്തിന്റെ ജീർണാവസ്ഥ ഈ നോവലി ലെമ്പാടും തളംകെട്ടിക്കിടപ്പുണ്ട്. കാൽപ്പനികത കലർന്ന ഒന്നും തന്നെ നമുക്കിവിടെ പ്രതീക്ഷിക്കാനാവില്ല. ചിത്രകലയിൽ ക്യൂബിസത്തോടും ഫ്യൂച്ചറിസത്തോടുമുണ്ടായിരുന്ന അതേ അപാരമ്പര്യ നിലപാട് തന്നെ യായിരുന്നു ഹിഡൻ ഫെയ്സസിൽ ദാലി എടുത്തതും. ഇത്തരമൊരു അപകടകരമായ നോവലെഴുത്തിനു ദാലിയെ സന്നദ്ധനാക്കിയതിനു പിന്നിൽ ഒന്നിലധികം കാരണങ്ങൾ നമുക്ക് കണ്ടെത്താനാകും. ആദ്യ ത്തേത് ഉന്മാദത്താൽ തളയ്ക്കപ്പെട്ട ഒരു മനസിന്റെ അപഥ സഞ്ചാരം തന്നെ. അതിന് കാലസംബന്ധമായ നിർവചനങ്ങളുടെ ഭാരമില്ലായ്മയു ണ്ട്. കലയെ ദാലി സ്വാതന്ത്ര്യത്തിന്റെ അടയാളമായാണ് കാണുന്നത്. ഫ്രാൻസിൽനിന്നു തുടങ്ങി ഫ്രാൻസിൽ എത്തിച്ചേരുന്ന ഒരു കാലവൃ ത്തത്തിൽനിന്ന് ദാലി കണ്ടെടുക്കുന്ന ജീവിതത്തിന്റെയും സ്നേഹത്തി ന്റെയും അനുഭവങ്ങൾക്ക് ഒരു പുതിയ കാഴ്ചയും സുഗന്ധവുമുണ്ട്. ദാലി പറയുംപോലെ അത് 'പാതിവെന്ത മനുഷ്യന്റെ ഗന്ധം' തന്നെയാണ്.

നോവലിലെ കഥാപാത്രങ്ങൾ (ഐസോൾദെ, കൗണ്ട് നെർവീൻ, സ്റ്റീവൻസ് തുടങ്ങിയവർ) ഭൂമിയിലെ സ്നേഹം, തേടി നടക്കുന്നവരും മൃത്യുവിനെ ഭയരഹിതരായി സ്വീകരിക്കുന്നവരുമാണ്. ഊർജസ്വലരായ ഈ കഥാപാത്രങ്ങൾക്കിടയിൽ ദാലി ആരാണെന്ന് നാം ഒരുവേള തിര ഞ്ഞുപോകും. ദാലി എല്ലാവരിലും ഉണ്ട്. എന്നാൽ ആരിലും ഇല്ല. അതാണ് ദാലിയിലെ നോവലിസ്റ്റും ചിത്രകാരനായ ദാലിയും തമ്മിലുള്ള വിശുദ്ധമായ ഒളിച്ചുകളി. ഐസോൾദെയുടെ കാമുകനായ ട്രസ്റ്റാന്റെ ചലനങ്ങൾക്കും പേലവഭാവങ്ങൾക്കും കൃത്യമായൊരു ദാലി സ്പർശമു ണ്ട്. എന്നാൽ അത്തരമൊരു അനുഭവം മനസിൽ ഉറപ്പിക്കും മുൻപ് ദാലി ട്രസ്റ്റാനിൽനിന്ന് വിട്ടൊഴിയുന്നത് കാണാം. ജോൺ റാൽ ദോൾഫിലും സ്റ്റീവൻസിലും ഇതേ പ്രത്യക്ഷങ്ങൾ കണ്ട് നമുക്ക് അത്ഭുതപ്പെടാമെ ങ്കിലും അടുത്തനിമിഷം അത്ഭുതം മറ്റൊരത്ഭുതത്തിലേക്ക് അത് വഴിമാ റുന്നുണ്ട്.

ചരിത്രമെഴുത്തും നോവലെഴുത്തും ദാലിക്ക് ഒരേ അനുഭവത്തിന്റെ രണ്ടു വ്യത്യസ്തവഴികളായിരുന്നു. അപകടങ്ങളിലേക്കുള്ള ക്ഷണം എല്ലാ കാലത്തും ദാലിയെ വല്ലാതെ മദിപ്പിച്ചിട്ടുണ്ട്. അത്തരമൊരു അനുഭവത്തെ സ്വീകരിക്കാനാണ് ദാലി നോവലിലേക്ക് കടക്കുന്നത്. *ഹിഡൻ ഫെയ്സസി*ലെ ചരിത്രത്തിന് ത്രികാലങ്ങളുടെ വജ്രമൂർച്ചയാണുള്ളത്. മഹായുദ്ധത്തിന് മുൻപുള്ള ശാന്തതയിൽനിന്ന് സമാരംഭിക്കുന്ന ജീവിതം യുദ്ധശേഷവും തുടരുകയാണ്. വ്യഥയുടെയും വിലാപത്തിന്റെയും മണ്ണ ടരുകളിൽനിന്ന് ഒരു പുതിയ ഉയിർപ്പ് ദാലി തേടുന്നുണ്ട്. അത് കാല ത്തിന്റെ പാരിതോഷികമായിരിക്കുമെന്ന മുന്നറിയിപ്പോടെയാണ് *ഹിഡർ ഫെയ്സസ്* ദാലി പര്യവസാനിപ്പിക്കുന്നത്. അവസാനം എന്നത് ആരംഭ ത്തിന്റെ മറ്റൊരുപേരാണെന്ന് ദാലി ആത്മകഥയിലൊരിടത്ത് എഴുതിയി ട്ടുണ്ട്. സ്മൃതികളുടെ അജ്ഞാതകേന്ദ്രത്തിലിരുന്ന് ദാലി നോവലെഴുത്ത് തുടരുകയാണോ? കഥാപാത്രം ദാലിയാകുമ്പോൾ സംശയിക്കാതിരിക്കു ന്നതെങ്ങനെ?

II

(സാൽവദോർ ദാലി തന്റെ നോവൽ *ഹിഡൻ ഫെയ്സസി*നെഴു തിയ ആമുഖം)

ഈ നിമിഷം മുതൽ അല്ലെങ്കിൽ തൊട്ടടുത്ത നിമിഷം, അതുമല്ലെ ങ്കിൽ ഈ തിരശ്ശീല കത്തിത്തീരുന്നതിനു മുൻപ് നിങ്ങൾക്ക് എന്നിലേക്ക് ഒഴുകിവരേണ്ടിവരും. എന്റെ കലാതത്വങ്ങളെയും സങ്കേതങ്ങളെയും ചൊല്ലി സമരം ചെയ്യുന്നവർ എന്റെ ആത്മകഥയെ കാലഘട്ടത്തിന്റെ ഇതി ഹാസചരിതം എന്ന് പ്രകീർത്തിച്ച് എന്റെ നിലപാടുകളോട് ചേർന്നു നിൽക്കും. എന്റെ ചിത്രങ്ങൾ നോക്കൂ, അതിൽ പ്രത്യക്ഷമായ എല്ലാ സൗന്ദര്യാനുഭവങ്ങൾക്കുമപ്പുറം നിൽക്കുന്ന ഒന്നാണ് എന്റെ ആത്മകഥ കൾ എന്ന് നിങ്ങളോരോരുത്തരും വിളിച്ചുപറയും.

എന്റെ ജന്മംതന്നെ വിചിത്രമാണ്. ഞാൻ നോവലെഴുതാൻ വേണ്ടി ജനിച്ചവനാണെന്നും എന്റെ യഥാർഥ ഭാവി നോവലിലാണെന്നും എന്റെ പ്രിയസുഹൃത്തും കവിയുമായ ലോർക്കെ 1922 ൽ പ്രവചിച്ചിരുന്നത് ഇപ്പോഴും കേൾവിയിലുണ്ട്. മാത്രവുമല്ല എന്റെ പെയിന്റിങ്ങുകൾ, രേഖാ ചിത്രങ്ങൾ, സർറിയലിസ്റ്റ് ചിന്തകൾ, നക്ഷത്രശേഖരം, രത്നശേഖരം ഇവയൊക്കെ കാലാകാലങ്ങളായി എത്രയോപേർ നിഷ്കരുണം തിരസ്ക രിച്ചിട്ടുണ്ട്. പക്ഷേ, അവരെല്ലാം വീണ്ടും ഒത്തുചേർന്ന് എന്റെ നോവൽ രംഗങ്ങളെ മഹത്തരമെന്ന് വിശേഷിപ്പിക്കാതിരിക്കില്ല. ഞാൻ പറഞ്ഞില്ലേ ഈ നിമിഷം അല്ലെങ്കിൽ തൊട്ടടുത്ത നിമിഷം എന്റെ സ്വാധീനത്തിന്റെ സൗന്ദര്യത്തിൽ അഭിരമിക്കാൻ കഴിയാത്തവരായി ആരുംതന്നെ കാണു കയില്ല.

ഞാനാരുടെയും വാക്കുകളെ വിലമതിക്കുന്നില്ല. എന്റെ വിജയങ്ങൾ എന്റെ അവസാനിക്കാത്ത അധ്വാനശീലവുമായി ബന്ധപ്പെട്ടിരിക്കുന്നു.

എനിക്കതിൽ അഭിമാനമുണ്ട്. കനേഡിയൻതീരത്തിനു സമീപമുള്ള ന്യൂഹാംസ് ഷെയറിൽ നോവലിന്റെ അവ്യക്തമായ രൂപരേഖയുമായി ഞാൻ നാലുമാസത്തിലേറെക്കാലം കഴിച്ചുകൂട്ടുകയുണ്ടായി. എന്റെ നോവലെഴുത്തിന് കൃത്യമായൊരു സമയബോധമുണ്ടായിരുന്നു. അതു കൊണ്ട് തീരുമാനിച്ചുറച്ച സമയത്തിനുള്ളിൽ എനിക്ക് *ഹിഡൻ ഫെയ്സ്ഡ്* പൂർത്തിയാക്കാൻ കഴിഞ്ഞു. അടുത്ത സുഹൃത്തുക്കളെ നോവൽ കാണിക്കുവാനായി ഞാൻ ന്യൂയോർക്കിലേക്ക് പോയി. എന്റെ സുഹൃത്തുക്കൾ അവരെ ഇന്നലെ കണ്ടുപിരിഞ്ഞതുപോലെതോന്നി. അവർക്കൊരു മാറ്റവും സംഭവിച്ചിട്ടില്ല. ഞാനവരോടൊത്ത് നൂറ്റാണ്ടുക ളോളം കഴിഞ്ഞിരുന്നതായി എനിക്കനുഭവപ്പെട്ടു.

അടുത്ത നിമിഷം ഞാൻ പ്രധാനമായും ലക്ഷ്യമിട്ടിരുന്നത് സ്റ്റുഡിയോ സന്ദർശനങ്ങൾക്കായിരുന്നു. എന്റെ സന്ദർശനം സ്റ്റുഡിയോ പ്രവർത്തകരെ ആവേശംകൊള്ളിച്ചു. അവർ എത്രയോ കാലമായി എന്നെ കാത്തിരിക്കുന്നു. അവരുടെ സീമാതീതമായ ആനന്ദം എന്നെ പുതിയൊരു ചിത്രത്തിലേക്ക് വഴിനടത്തി. ഞാനെല്ലാം മറന്ന് ചിത്രം വരച്ചുതുടങ്ങി. ഞാൻ കണ്ടുതീർത്തിട്ടുള്ള സ്വപ്നങ്ങൾ ഒന്നൊന്നായി ഓർമിച്ചെടുക്കുക പ്രയാസമുള്ള കാര്യമാണ്. എന്റെ *ഹിഡൻ ഫെയ്സസ* ഞാൻ കണ്ടു തീർത്ത പുതിയ സ്വപ്നങ്ങളുടെ പരിച്ഛേദം കൂടിയായിരുന്നു.

ഒരു ചോദ്യം ഇപ്പോഴുമെന്റെയുള്ളിൽ ഉണർന്നുകിടപ്പുണ്ട്. എന്തി നാണ് ഞാനീ നോവലെഴുതിയത്? ഉത്തരംകിട്ടാത്തതായി ഈ ചോദ്യ ത്തിൽ ഒന്നും അവശേഷിക്കുന്നില്ല. ആദ്യം തന്നെ പറയട്ടെ, ഞാനാഗ്ര ഹിക്കുന്നതെന്തും ചെയ്യാൻ എനിക്ക് സമയം വേണ്ടുവോളമുണ്ട്. ഞാന തെല്ലാം എഴുതാൻ ആഗ്രഹിക്കുകയും ചെയ്തു. ഇനി പറയേണ്ടത് മനു ഷ്യന്റെ ആഗ്രഹങ്ങളുടെ സമരചരിത്രമാണ്. ഇത് ആധുനികചരിത്രം ആവശ്യപ്പെടുന്ന ഒന്നുകൂടിയാണ്. അതുപോലെ തന്നെയാണ് യുദ്ധവും. നമ്മൾ യുദ്ധത്തിനുശേഷമുള്ള ചരിത്രത്തിലൂടെ നടന്നവരാണ്. ഞാനി വിടെ യുദ്ധത്തിനു ശേഷമുള്ള ചരിത്രം രേഖപ്പെടുത്താൻ ധൈര്യപ്പെടു ന്നു. ഇനി ഞാൻ പറയാൻ പോകുന്നത് എല്ലാവരും പറയുന്നതുപോലെ ഒരുവാക്യമാണ്. ഞാനിത് രേഖപ്പെടുത്തിയില്ലെങ്കിൽ എന്നെക്കാൾ വിദ ഗ്ധനായ ഒരാൾ ഇത് രേഖപ്പെടുത്തുകതന്നെ ചെയ്യും.

ചരിത്രം പകർത്തിവയ്ക്കാൻ എളുപ്പമാണ്. അതെത്രയോ പേർ ചെയ്യുന്നു. എന്നാൽ നിങ്ങൾ നവീനമായതൊന്ന് കണ്ടുപിടിച്ച് അതിലൂടെ ചരിത്രധാരകളെ അനുഭവപ്പെടുത്തുകയാണ് വേണ്ടത്. ദൈർഘ്യമേറിയ യാത്രകളിലധികസമയവും ഞാൻ ചെലവഴിച്ചിരുന്നത് യൂറോപ്പിലെ യുദ്ധാനന്തരനാടക വേദിയിലെ അതികായന്മാരുമായാണ്. അവർ അമേ രിക്കയിലേക്ക് പലായനം ചെയ്തപ്പോൾ അവരുടെ തെളിഞ്ഞ വഴികൾ എനിക്ക് പ്രചോദനമായി. എല്ലാവർക്കും അറിവുള്ളതുപോലെ 18-ാം നൂറ്റാ

ണ്ടിന്റെ അന്ത്യകാലംവരെ മാർക്വിസ് സിസ്സാദയുടെ കൈകളിൽ തന്നെ യായിരുന്നു പ്രബലമായ അമേരിക്കൻ നാടകവേദി. ഇതിനൊരു സമൂല പരിവർത്തനം വേണമെന്ന് ആത്മാർഥമായി ആഗ്രഹിച്ചവരിലൊരാൾ ഞാനായിരുന്നു.

ഇത്തരമൊരു ആഗ്രഹത്തിന്റെ കരുത്തിലാണ് ഞാൻ പലതും ചെയ്തുകൂട്ടാൻ ധൈര്യപ്പെട്ടത്. നമ്മുടെ കാലഘട്ടത്തിൽ മനുഷ്യനെ ഭരിച്ചുകൊണ്ടിരിക്കുന്നത് വേഗതയാണ്. വേഗതയ്ക്കെതിരെ ഒരു ബോറൻ നോവലെഴുതാൻ തന്നെ ഞാനാദ്യം തീരുമാനിച്ചു. അതിനൊരു പ്രതി ഷേധത്തിന്റെ സ്വഭാവമുണ്ട്. പക്ഷേ, എന്തുകൊണ്ടോ ഇതുവരെ ഒന്നും തന്നെ എന്നെ ബോറടിപ്പിച്ചിട്ടില്ലാത്തതിനാലാകണം ഞാനെഴുതാൻ തുനി ഞ്ഞില്ല.

യുദ്ധം കഴിഞ്ഞപ്പോൾ ഞാനൊരു ബുദ്ധിജീവിയുടെ നിലവാരത്തി ലേക്കുയർന്ന് ആ കാലഘട്ടത്തെ സ്വീകരിക്കുവാൻ ആഗ്രഹിച്ചു. വിപ്ലവ ത്തിന്റെയും മനുഷ്യമോഹത്തിന്റെയും ശീലത്തിലൊരു നോവലെഴുതി അക്കാലത്തെ കപടരചനകളെ മറികടക്കാൻ ഞാൻ ശ്രമിച്ചിരുന്നു. നോവ ലിന്റെ സൂക്ഷ്മരാശികളിലേക്ക് പതിയെ നീങ്ങാൻ ആഗ്രഹിക്കുന്ന ആർക്കും എന്റെ നോവലിന്റെ സൗന്ദര്യം കണ്ടെത്താൻ കഴിയുകതന്നെ ചെയ്യും. നോവൽ പൂർത്തിയാക്കുംമുൻപേ അതൊരു ബൽസാക്കിയൻ നോവലാണ് എഴുതിത്തീർത്തതെന്നൊരു വ്യാജസ്തുതി എങ്ങും പര ന്നിരുന്നു. സത്യംപറയട്ടെ, *ഹിഡൻ ഫെയ്സസ്* ഒരു ദാലിയൻ നോവ ലാണ്. മറ്റൊരർഥത്തിൽ പറഞ്ഞാൽ എന്റെ രഹസ്യജീവിതം അനുഭ വിച്ചു വായിച്ച ഒരു വായനക്കാരന് ഈ നോവൽ അതിന്റെ തുടർച്ചയാ ണെന്നേ തോന്നുകയുള്ളൂ. കാരണം എന്റെ ജീവിതത്തിന്റെ തത്വവും തത്വചിന്തയും ഇതിൽ ഒഴുകിപ്പരക്കുന്നതു കാണാം.

1927 ലെ ഒരു വസന്തകാലം ഓർമവന്നു. തെളിഞ്ഞ ഒരു പകലിൽ ഞാനും ലോർക്കെയും ഒരു കഫേയിലിരുന്ന് ഓപ്പറ നിർമിക്കുന്നതിനെ ക്കുറിച്ച് സംസാരിക്കുകയായിരുന്നു. ഞങ്ങളുടെ രണ്ടുപേരുടെയും ഏറെ ക്കാലത്തെ ആഗ്രഹമായിരുന്നു ഒരു ഓപ്പറ. എന്നാൽ വളരെ ദാരുണവും ആകസ്മികവുമായ ലോർക്കയുടെ വിടവാങ്ങൽ എനിക്ക് ഒരാഘാതം തന്നെയായിരുന്നു. ഞാനപ്പോൾ ഒറ്റയായതുപോലെ തോന്നി. ഞങ്ങളൊ രുമിച്ചു തുടങ്ങിവച്ച ഓപ്പറ ഞാനൊറ്റയ്ക്ക് തന്നെ കൊണ്ടുപോകണ മെന്ന് തീർച്ചപ്പെടുത്തി. ഇന്നല്ലെങ്കിൽ നാളെ, ഞങ്ങളുടെ ആഗ്രഹം സാക്ഷാൽക്കരിക്കപ്പെടുമെന്ന് എനിക്കുറപ്പുണ്ടായിരുന്നു.

സ്വപ്നസദൃശമായ ഈ സർഗാത്മകസൃഷ്ടി ആരൊക്കെ ഹൃദയ ത്തിൽ ഏറ്റുവാങ്ങുമെന്ന് എനിക്കറിയില്ല. പക്ഷേ ഒന്നു ഞാൻ വിളിച്ചുപ റയാൻ ആഗ്രഹിക്കുന്നു. എന്റെ ദർശനത്തിന്റെയും ഭാവനയുടെയും സമ ന്വയമായിത്തീർന്ന ഈ സൃഷ്ടി മൗനത്തിലാഴ്ന്ന എല്ലാവരെയും വിളിച്ചു

ണർത്തുമെന്ന കാര്യത്തിൽ ഞാൻ സംശയിക്കുന്നതേയില്ല. എന്റെ കാവ്യാ
നുഭവത്തിൽനിന്നുള്ള വ്യക്തിത്വത്തിന്റെ പൂർണശോഭയിൽനിന്നും ഗാല
യുടെ രക്തത്തിൽനിന്നും സ്വപ്നപ്രപഞ്ചത്തിൽനിന്നും രൂപപ്പെട്ടതാണ്
എന്റെയീ സൃഷ്ടി. എന്റെ സൃഷ്ടിയിൽനിന്ന് മാത്രമായി ആത്മസംതൃപ്തി
നേടിയവർ അനവധിയാണ്. ഞാനൊന്നുകൂടി വിളിച്ചുപറയട്ടെ, നിങ്ങളിൽ
നിന്നൊരാൾ ആദ്യം എനിക്ക് നേരെ കല്ലെറിയുക.

(Hidden Faces)
Novel
Salvador Dali

17

കടൽ അതിന്റെ അഗാധതയെ സ്നേഹിക്കുംപോലെ

കളക്റ്റ് പോയംസ് – സിൽവിയ പ്ലാത്ത്

സിൽവിയ പ്ലാത്ത്

I am not cruel only truthful
The Eye of a little god...
Mirror 1961

സംശുദ്ധമായ കല യുടെ പര്യായപദങ്ങളിലൊ ന്നായി മരണത്തെ കാണു കയും അത് ഭൂമിയിൽ മറ്റാരെ ക്കാളും ഭംഗിയായി നടപ്പിലാ ക്കുകയും ചെയ്ത സിൽവി യാപ്ലാത്ത് ഭൂമി വിട്ടുപോകും മുൻപ് ദൈവത്തിനെഴുതിയ കത്ത് സിൽവിയായുടെ മകൾ ഫ്രീദാഫ്യൂഗ്സ് കണ്ടെടുത്ത് അവതരിപ്പിക്കുന്നുണ്ട്. ഇതിൽ പുതുമയെന്തെന്ന് വിളിച്ചു ചോദിച്ചവരോട് മറുപടി പറ ഞ്ഞത് ടെഡ് ഹ്യൂഗ്സാണ്. ഹ്യൂഗ്സിന്റെ കാവ്യാത്മക മായ മറുപടി സിൽവിയാ

യുടെ വായനക്കാരെ തൃപ്തിപ്പെടുത്തിയില്ല. അവർ യോക്ഷെയറിലുള്ള സെമിത്തേരിയിലേക്ക് മാർച്ച് ചെയ്തു. സിൽവിയായുടെ സ്മൃതി സ്തൂപ ത്തിൽ ആലേഖനം ചെയ്തിരുന്ന ടെഡ് ഹ്യൂഗ്സിന്റെ പേര് അടർത്തിമാ

റ്റി. പരസ്യമായും രഹസ്യമായും ഹ്യൂഗ്സിനെതിരെ അവർ കൊടുങ്കാറ്റു കളായി. കാവ്യപാരായണവേളയിൽ അവർ കൂട്ടമായി വന്ന് ടെഡ് ഹ്യൂഗ്സിനെതിരെ എതിർപ്പിന്റെ കൊടികളുയർത്തി. ഒരു കവിയുടെ മരണം എങ്ങനെയെല്ലാം ഒരു കവിയുടെ 'ജീവിത'ത്തെ വേട്ടയാടുന്നു എന്നതിന്റെ അടയാളങ്ങളായിരുന്നു ഇതെല്ലാം.

ആത്മകഥാസ്പർശിയായ *ബർത്ത് ഡെ ലെറ്റേഴ്സി* (*Birth day Letter's*)ൽ ടെഡ് ഹ്യൂഗ്സ് എഴുതുന്നു.

> ചികിത്സകളൊന്നും ഫലിക്കാത്ത ഒരു രോഗിയാണ് ഞാൻ. പക്ഷേ, ഞാനിപ്പോഴും ജീവിച്ചിരിക്കുന്നു. മരണത്തിന് തൊട്ടുമുമ്പ് വരെ ഞാൻ നിങ്ങളോട് സംസാരിച്ചെന്നിരിക്കും. രണ്ടു വാക്കുകൾക്കിട യിൽ ഞാനിപ്പോഴും കൊരുത്തുവയ്ക്കുന്ന പേര് സിൽവിയ എന്നാ യിരിക്കും. സിൽവിയ എനിക്ക് ഒഴുക്കും ആഴവുമായിരുന്നു.

സിൽവിയായുടെയും ഹ്യൂഗ്സിന്റെയും വിശുദ്ധമായ ദാമ്പത്യജീ വിതം അടയാളപ്പെടുത്തുന്ന ഡിയാനമിഡിൽ ബ്രൂക്കിന്റെ പുസ്തകം (*Her Husband: Hughes and Plath - Portrait of a Marriage*) ടെഡ് ഹ്യൂ ഗ്സിന്റെ കുമ്പസാരത്തെ ശരിവയ്ക്കുന്നത് കാണാം. "ഞാൻ നല്ല കാമു കനായിരുന്നില്ല. സിൽവിയ നല്ല കാമുകിയായിരുന്നു. ഞാൻ നല്ല ഭർത്താ വായിരുന്നില്ല. സിൽവിയ നല്ല ഭാര്യയായിരുന്നു." ടെഡ് ഹ്യൂഗ്സിന്റെ തുറന്നുപറച്ചിലുകൾക്കിടയിൽ പൊരുത്തക്കേടിന്റെ ഒട്ടനവധി അസ്വസ്ഥ തകൾ കാണാനാകും. ഇരുവരുടെയും കാവ്യജീവിതം ആത്മഹത്യക്കു മുമ്പുള്ള തയാറെടുപ്പുകൾ പോലെ പ്രക്ഷുബ്ധമായിരുന്നു. വിഷാദരോ ഗിയായ സിൽവിയായുടെ നിശ്ശബ്ദതപോലും ഹ്യൂഗ്സിനെ ആഴത്തിൽ മുറിവേൽപ്പിച്ചിട്ടുണ്ട്. ഡിയാന മിഡിൽ എഴുതുന്നു.

> നിശ്ശബ്ദത ടെഡ് ഹ്യൂഗ്സും ഏറെ ഇഷ്ടപ്പെട്ടിരുന്നു. സിൽവിയാ യുടെ നിശ്ശബ്ദത കോരിക്കുടിച്ചാണ് *റിവർ* (*River*) വാട്ട് ഈസ് *ട്രൂത്ത്* (*What is Truth*) എന്നീ കൃതികൾ ഹ്യൂഗ്സ് എഴുതിയത്. പക്ഷേ, നിശ്ശബ്ദതക്കുള്ളിൽ വീണു പിടയുന്ന ഇരുവരുടെയും വിലാപം അധികമാരും കേട്ടിരുന്നില്ല എന്നതാണ് യാഥാർഥ്യം.

1956 ലെ സ്റ്റുഡന്റ്സ് പാർട്ടിയിൽ വച്ചാണ് സിൽവിയ ഫ്യൂഗ്സിനെ കണ്ടുമുട്ടുന്നത്. ഹ്യൂഗ്സിന്റെ കവിൾ (ഒരാപ്പിൾ കടിച്ചുമുറിക്കും പോലെ) കടിച്ചുമുറിച്ചുകൊണ്ടാണ് സിൽവിയ ഹ്യൂഗ്സിനോടുള്ള പ്രണയം വ്യക്ത മാക്കിയത്. പ്രണയോന്മാദിയായ സിൽവിയ പിൽക്കാലത്ത് ടെഡ് ഹ്യൂഗ്സിന്റെ കവിതകൾ അഗ്നിക്കിരയാക്കി കയർത്തുനിൽക്കുന്ന കാഴ്ചയും നമ്മുടെ വായനയിലുണ്ട്. *ഡാഡി* (*Daddy*) എന്ന കവിതയിൽ ഭൂമിയിൽ കിട്ടാവു ന്നത്ര നിന്ദ്യപദങ്ങളുപയോഗിച്ചാണ് സിൽവിയാ ശബ്ദിക്കുന്നത്;

The boot in the face, the brute
Brute heart of a brute like you
....
There's stake in your fat black heart
And the Villagers never liked you
They are dancing and stamping on you
They always know it was you
Daddy daddy you bastard I'am through.

II

സിൽവിയായുടെ മരണാനന്തരം കണ്ടെടുത്ത നാൽപ്പതോളം കവി
തകൾ ഏരിയൽ (*Ariel* - 1965) എന്ന പേരിൽ ഹ്യൂഗ്സ് പ്രസിദ്ധപ്പെടു
ത്തുകയുണ്ടായി. മകൾ ഫ്രീദാ ഹ്യൂഗ്സിന്റെ ആമുഖം പിതാവിനെതിരെ
ഉയർന്ന ആരോപണങ്ങൾക്കുള്ള ശക്തമായ മറുപടിയായിരുന്നു. ഫ്രീദ
എഴുതുന്നു, "ഇരുവരും ഒരേ കുറ്റത്തിനു ശിക്ഷിക്കപ്പെട്ടവരായിരുന്നു.
സ്തുതിക്കുമ്പോൾ ആകാശത്തോളം ഉയരുവാനും നിന്ദിക്കുമ്പോൾ ആഴ
ങ്ങളിലേക്ക് മറയാനും ഇവർക്ക് എളുപ്പം കഴിഞ്ഞിരുന്നു." സിൽവിയാ
യുടെ കവിതകൾ സ്നേഹബഹുമാനങ്ങളോടെയാണ് ഹ്യൂഗ്സ് നിരീ
ക്ഷിച്ചത്. 1962 വരെ സിൽവിയ എഴുതിയ എല്ലാ കവിതകളും ഹ്യൂഗ്സി
നെ കാണിച്ചിരുന്നു. ഹ്യൂഗ്സിന്റെ പരസ്ത്രീബന്ധം സിൽവിയായുടെ
മനോനില തകരാറിലാക്കി. ഡെവിന്നിലെ വീട്ടിൽനിന്ന് ഹ്യൂഗ്സിനെ
സിൽവിയ പുറത്താക്കിയതോടെ വിശുദ്ധമായ കാവ്യദാമ്പത്യം രണ്ടു വഴി
ക്കായി ഒഴുകിപ്പരന്നു.

ടെഡ് ഹ്യൂഗ്സ് എഡിറ്റ് ചെയ്ത *സിൽവിയായുടെ കവിതക*(*Collected
poems - Sylvia plath* - 1956-1963)ളുടെ ആമുഖത്തിൽ ഹ്യൂഗ്സ് എഴു
തുന്നു

വിചിത്രവും സത്യസന്ധവുമായ ഒരു കാവ്യലോകമായിരുന്നു
സിൽവിയായുടേത്. മേഘങ്ങൾ കൊണ്ടൊരുക്കിയ ഒരോർമപ്പു
സ്തകം പോലെയാണ് സിൽവിയായുടെ കവിത. ഏതുനിമിഷവും
തേങ്ങിപ്പോകാവുന്ന ചകിതമാനസം. ഒരുതരം അന്യവൽക്കര
ണവും നിരാസവും കവിതകളുടെ ആധാരശ്രുതിയാണ്. ഉന്മാദ
ത്തോളമെത്തുന്ന ഒരു വികാരമായിരുന്നു സിൽവിയാക്ക് സ്നേഹം.

ഇഴപിരിച്ചെടുക്കാനാകാത്ത വിധം സമ്മിശ്രവികാരങ്ങളുടെ പേല
വവും തീക്ഷ്ണവുമായ ഗന്ധം സിൽവിയായുടെ കവിതകളിലാകെ ഒഴു
കിപ്പരന്നിരുന്നു. എല്ലാ കവിതകൾക്കും സങ്കടത്തിൽ നിന്നുദിക്കുന്ന
നനുത്ത മന്ദഹാസമുണ്ട്. ചിലപ്പോൾ ഒരു പൊട്ടിച്ചിരിയുടെ വക്കോളമെ

ത്തുന്ന കുസൃതി വാക്കുകൾക്കിടയിൽ സിൽവിയ ഒളിപ്പിച്ചുവച്ചിട്ടുണ്ടാ കും. എഴുതുന്നത് ജീവിതത്തെക്കുറിച്ചാണെങ്കിൽ മൗനത്തിന്റെ അഗാ ധമായൊരു അനുഭവതലം നമുക്കതിൽ കാണാനാകും. 'വാക്കു'കളെ ക്കുറിച്ചുള്ള ഒരു കവിതയിൽ സിൽവിയ എഴുതുന്നു "വാക്കുകൾ തേടി യിറങ്ങിയ ദൈവത്തിന് ലഭിച്ചത് നക്ഷത്രങ്ങളായിരുന്നു. നക്ഷത്രങ്ങളെ സൃഷ്ടിച്ചത് ദൈവമായിരുന്നതിനാൽ, ദൈവത്തിന് അതിൽ പുതുമ തോന്നിയില്ല. ദൈവം അതു കവികൾക്കായി വീതിച്ചുകൊടുത്തു."

ജീവിതത്തെ നിശിതവും ശക്തവുമായ നിർവചനങ്ങളിലൊതുക്കി അവതരിപ്പിക്കുവാൻ സിൽവിയായിലെ കവി സദാസന്നദ്ധയായിരുന്നു. "സ്നേഹം സ്നേഹം തന്നെയാണ്. സ്നേഹത്തിനുപകരം ഏതു വാ ക്കുപയോഗിച്ചാണ് അതു പൂരിപ്പിക്കേണ്ടത്." സിൽവിയായുടെ ചോദ്യം ടെഡ് ഹ്യൂഗ്സ് *ബർത്ത് ഡെ ലെറ്റേഴ്സിൽ* വെളിപ്പെടുത്തുന്നുണ്ട്. ഭ്രമാ ത്മകമായ ഒരാനന്ദം അതുഭവിച്ചിരുന്നതിന്റെ ഒട്ടേറെ അടയാളങ്ങൾ സിൽവിയ കവിതകളിൽ ഒളിപ്പിച്ചുവച്ചിട്ടുണ്ട്. *ലാസ്റ്റ് വേർഡ്* (*Last Word*) എന്ന കവിതയിൽ സിൽവിയ എഴുതുന്നു.

I Shall hardly know myself

I will be dark

And the shine of these small things sweeter than the face of Ishtac

സ്വയം വിമർശിക്കുമ്പോഴും നിന്ദിക്കുമ്പോഴും ജീവിതത്തിൽനിന്ന് രക്ഷപ്പെടാനുള്ള ഒറ്റ വഴിതെളിയുമെന്ന് സിൽവിയ ഉറച്ചുവിശ്വസിച്ചിരി ക്കണം.

സിൽവിയായുടെ ഡയറിക്കുറിപ്പുകൾ നിറയെ ഒരിറ്റ് സ്നേഹത്തി നായി ഒഴുകിനടക്കുന്ന ഒരു പുഴയുടെ ദാഹമുണ്ട്. *സെവന്റീൻ* എന്ന സാഹിത്യമാസികയിൽ സിൽവിയ 'കവിത'യെക്കുറിച്ചെഴുതുന്നു

ഗ്രീഷ്മസൂചിയാൽ മുറിപ്പെട്ട ഒരു ഹൃദയമാണ് എനിക്കുള്ളത്. മേഘങ്ങളോട് ഇളം നീലച്ചുണ്ടുകളുള്ള മേഘങ്ങളോട് എനിക്കി പ്പോഴും കടുത്ത പ്രണയമാണ്. മുറിവേറ്റ ഹൃദയം ഇതാ ഞാന വർക്ക് സമർപ്പിക്കുന്നു. നക്ഷത്രങ്ങളും പറവകളും ഇപ്പോഴെന്നോട് മിണ്ടാറേയില്ല. എന്റെ മിണ്ടലിൽ സംഗീതാനുഭവം കുറവാണെന്ന് കൂട്ടുകാർ പറയുന്നു. പക്ഷേ, എനിക്ക് കവിത എഴുതിയേ മതി യാവൂ. എഴുതുമ്പോൾ ഞാനൊരു തോണിയാകുന്ന കാഴ്ച എനിക്ക് മാത്രം ആസ്വദിക്കാൻ കഴിയുന്ന ഒരാനന്ദമാണ്. കവിത ഒരേകാലം നദിയും തോണിയുമാകട്ടെ. ജീവിതത്തെ നോക്കി പുഞ്ചിരിക്കുമ്പോലെ അതിനു കരയാനും കഴിയട്ടെ.

സങ്കടങ്ങളുടെ സചിത്രപുസ്തകമായിരുന്നു സിൽവിയായുടെ ജീവി
തം. ഇരുപതാം നൂറ്റാണ്ട് ആവർത്തിച്ചുവായിച്ച ജീവിത പുസ്തകം
സിൽവിയായുടേതായിരിക്കണം. ജീവിതത്തെ അത്രയേറെ ഇഷ്ടപ്പെടു
കയും ആ ഇഷ്ടങ്ങൾക്ക് നടുവിലിരുന്ന് അലറിക്കരയുകയും ചെയ്ത
സിൽവിയായെ പകർത്തുവാൻ കഴിയാതെ വിതുമ്പിനിൽക്കുന്ന
കാലത്തെ പലപ്പോഴും നമുക്ക് നേരിടേണ്ടിവന്നിട്ടുണ്ട്. 'നിശ്ശബ്ദത'യെക്കു
റിച്ച് എഴുതിയ കവിതയിൽ സിൽവിയ എഴുതുന്നു:

'സീനിയപ്പൂക്കളിൽ
ഗ്രീഷ്മം ഒരു തളർത്ത മേഘംപോലെ വന്നു ചുംബിക്കുന്നു.
ഹൊ
ഞാൻ തീർത്ത
ഇരുമ്പുവേലികൾ തകർത്ത്
ചെറിമരത്തിന്റെ ശിഖരങ്ങൾ
ഗ്രീഷ്മാധരങ്ങളെ ചുംബിക്കാനായുന്നു.
ഞാനെത്ര ഭാഗ്യവതിയാണ്.
നടുമ്പോൾ
ഒന്നു തലോടുമ്പോൾ
ഞാനറിഞ്ഞതേ ഇല്ലല്ലോ
ഇവൾ മോഹങ്ങളുള്ള ഒരു വളർന്ന പെണ്ണാകുമെന്ന്.'

മോഹങ്ങളെ ചെറിപ്പഴങ്ങളോടാണ് സിൽവിയ ചേർത്തുവയ്ക്കുന്നത്.
"പഴുത്തുതുടുത്ത ചെറിപ്പഴങ്ങൾ കാണുമ്പോൾ എനിക്കും അതിലൊ
ന്നാകണമെന്ന് തോന്നിപ്പോകും. ഞാനിഷ്ടപ്പെടുന്നവരുടെ നാവിൽ (ഹൊ,
ആ വൃത്തികെട്ട പല്ലുകളിൽ സ്പർശിക്കാതെ) അലിഞ്ഞലിഞ്ഞ് ഒഴുകു
മ്പോൾ ജീവിതത്തെക്കുറിച്ച് ഒരാനന്ദമുണ്ടാകും." സിൽവിയ മരണത്തിന്
തൊട്ടുമുമ്പ് എഴുതി.

മിഴികൾ പോലെതന്നെ സിൽവിയയുടെ വിരലുകൾക്കും ഒരു നക്ഷ
ത്രഭംഗിയുണ്ടായിരുന്നു. ജലാർദ്രങ്ങളായ വിരലുകളുടെ അറ്റം കുഞ്ഞു
ങ്ങളുടെ മുഖംപോലെ നിഷ്കളങ്കമായിരുന്നു. സംസാരിക്കുമ്പോൾ, ചിരി
ക്കുമ്പോൾ സിൽവിയയുടെ വിരലുകൾ ഒരു സംഗീതോപകരണം പോലെ
ചലിച്ചുകൊണ്ടേയിരിക്കും.

ജീവിതത്തെ ഒരു ഉദ്യാനമായി കണ്ട് അതെല്ലാം കൊരുത്തു
വയ്ക്കാൻ സദാസന്നദ്ധമാകുന്ന അവളുടെ വിരലുകളിൽ ശലഭ
ങ്ങൾ കൂടൊരുക്കുന്നത് ഞാനെത്രയോ രാവുകളിൽ സ്വപ്നം കണ്ടി
രുന്നു. നിശ്ശബ്ദതയും മഞ്ഞുതുള്ളികളും പേരറിയാരാവുകളും
പോലെ അവൾക്ക് പ്രിയപ്പെട്ട വിഷയങ്ങളിലൊന്നായിരുന്നു
ലൈലാക് ചെടികളിൽ പൂവുകൾപോലെ പ്രത്യക്ഷപ്പെടുന്ന ശല
ഭങ്ങൾ. ഡയറിക്കുറിപ്പിൽ ഹ്യൂഗ്സ് എഴുതി.

സ്മിത്ത് കോളേജിൽ പഠിച്ചുകൊണ്ടിരുന്ന കാലത്ത് അമ്മയ്ക്കെഴു തിയ കത്തിൽ ശലഭനിമിഷങ്ങളെപ്പറ്റി സിൽവിയ എഴുതുന്നുണ്ട്.

ദൈവം ശലഭരൂപം ധരിച്ച് ഭൂമിയിലേക്ക് ഇറങ്ങിവരുന്നത് ഞാനൊ രിക്കൽ കണ്ടു. മഞ്ഞുകാലമായതിനാൽ ദൈവത്തിന്റെ രഥം ഒഴു കിവരുന്നത് ശരിക്കും കാണാനായില്ല. ഉദ്യാനത്തിലേക്ക് തുറക്കുന്ന ഒറ്റവാതിൽപ്പടിയിൽ ഞാനിപ്പോഴും ദൈവത്തെ കാത്തിരിക്കാറു ണ്ട്. ഇപ്പോഴിവിടെ ശരത്ക്കാലമാണ്. നനുത്ത പൂമ്പൊടികൾ കാറ്റി ലൊഴുകി നടക്കുമ്പോഴാകും ശലഭരൂപം ധരിച്ച് ദൈവം വരിക. എന്റെ ഡയറികളിലാകെ ശലഭങ്ങൾ നിറഞ്ഞിരിക്കുന്നു. കവിത കളിലേക്ക് എന്നെ വഴിനടത്തുന്നത് ശലഭങ്ങളാണ്. ശലഭങ്ങൾ മാത്രം. ലോർക്ക എഴുതിയതുപോലെ,

'ചെറിപ്പഴങ്ങൾകൊണ്ടൊരുക്കിയ വീഞ്ഞ്,
ജപമണികൾകൊണ്ടു തീർത്ത സ്വപ്നങ്ങൾ
നിലാവിന്റെ ഗുപ്തകാമനകൾ
പ്രിയപ്പെട്ടവളേ,
വസന്തമെത്തുംമുൻപ്
നീ എന്നെ ചുംബിക്കുക,
നീയെന്റേതെന്ന് ആഴങ്ങളോളം വിളിച്ചു പറയുക.

ലോർക്കയുടെ കവിതയിൽ ഒഴുകിപ്പരന്ന 'നീയെന്റേത്, നീയെന്റേത്' എന്ന വിശുദ്ധമായ പ്രാർഥന പോലൊരനുഭവം ഏകാന്തതയുടെ അൾത്താരയ്ക്ക് മുന്നിൽ പ്രാർഥനാനിമഗ്നമായി നിൽക്കുന്ന സിൽവിയാ യിൽ വായിച്ചെടുക്കാനാകും. അപ്പോഴെല്ലാം സിൽവിയയുടെ മിഴികൾ ആരുടെയൊക്കെയോ കാരുണ്യം പ്രതീക്ഷിക്കുന്നതുപോലെ അനുഭവ പ്പെടും. ഭൂമിയുടെ ദയാഹൃദയം സിൽവിയയ്ക്ക് ഭാരമായിരുന്നു. 'ആരു ടെയും ദയ എനിക്കുമേൽ ചൊരിയരുതേ എന്നാണ് എന്റെ പ്രാർഥന. എന്റെ ദയ ഞാനീ ഭൂമിയോട് വീട്ടിക്കൊള്ളട്ടെ.' സിൽവിയ എഴുതി.

സന്ദർശകരില്ലാത്ത ഒരു വിരുന്നുശാലപോലെയായിരുന്നു അവസാന ദിനങ്ങളിൽ സിൽവിയയുടെ ഹൃദയം. സഹനമുറിവുകൾ നിറഞ്ഞ സിൽവിയയുടെ ദയാഹൃദയം വിളറിയ മുന്തിരിത്തോട്ടം പോലെ അനാ കർഷകമായിരുന്നു. ശലഭത്തെ തേടിനടന്ന ഒരു കുഞ്ഞിനെപ്പോലെ അവ ളുടെ മിഴികൾ ഇടയ്ക്കിടെ വിടരുന്നുണ്ടായിരുന്നു. ഒരു ഗ്ലോറിയ ഗീതം പോലെ, മേഘങ്ങളിലേക്ക് പടർന്നു കയറിയ മുന്തിരിവള്ളിയിലൂടെ ആത്മ നഭസിലലിയാൻ സിൽവിയ അതിയായി കൊതിച്ചിരിക്കണം. ഭൂമിയിലെ

എല്ലാ മണവാളന്മാരും നോക്കിനിൽക്കേ ഉത്തമഗീതത്തിൽ പ്രത്യക്ഷ പ്പെടുന്ന സുന്ദരിയായ മാലാഖയെപ്പോലെ സിൽവിയ ഒഴുകി മറയുന്നത് നമുക്ക് കാണേണ്ടിവരുന്നു. നരകവാതിലുകൾ കടന്ന്, പേരറിയാ ഗ്രാമ ത്തിലേക്ക് കുതിക്കുന്ന മഞ്ഞത്തീവണ്ടിയിലിരുന്ന് സിൽവിയ ഇപ്പോഴും ഡയറി എഴുതാറുണ്ടെന്ന് സിൽവിയയുടെ കവിതകൾ ഓർമപ്പെടുത്തുന്നു.

Collected Poems (1956 - 1963)
Sylvia plath
Edited by Ted Huglums

18

അവൾ കടലിന്റെ ആഴവും ഉദ്യാനത്തിന്റെ സുഗന്ധവുമായിരുന്നു

സെൽമ മീർബോം ഐസിൻജർ
ഹാർവസ്റ്റ് ഓഫ് ബ്ലോസം

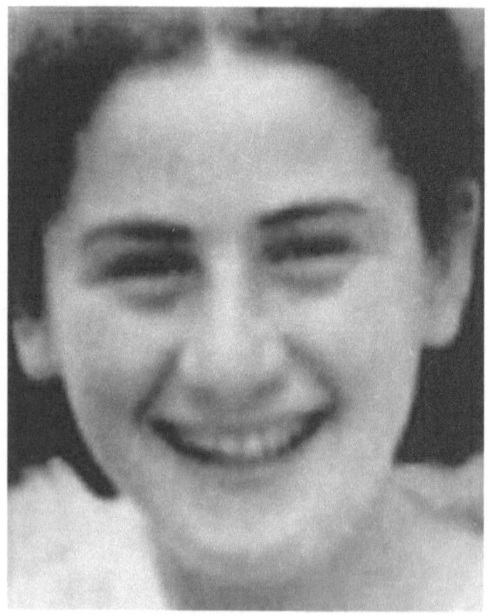

സെൽമ മീർബോം ഐസിൻജർ

വെടിവെച്ചുവീഴും മുമ്പ് മൗനത്തിന്റെ ആഴത്തെ അളന്നെടുക്കുക. വേനലിനെ കൊയ്തെടുക്കും മുമ്പ് അതിന്റെ രക്തത്തെ തിരിച്ച റിയുക

പോൾ സെലാൻ

ജർമൻ കവി പോൾ സെലാന്റെ കുടുംബത്തിലെ ഒരു നക്ഷത്ര സാന്നിധ്യമാ യിരുന്നു സെൽമ മീർബോം ഐസിൻജർ. പേരിലെ ദൈർ ഘ്യം അവളുടെ ആയുസി നുണ്ടായിരുന്നില്ല. ഒരു ന ക്ഷത്രജന്മത്തിന്റെ ക്ഷണി

കവിശുദ്ധിയായിരുന്നു അവൾ. സെൽമ കവിയായിരുന്നു എന്നു പറയു ന്നതിനെക്കാൾ ഭംഗി അവൾ കവിതയായിരുന്നു എന്നു പറയുന്നതാണ്. ക്ഷണിക ജീവിതത്തിനിടയിൽ സെൽമ എഴുതിക്കൂട്ടിയ അൻപത്തൊന്ന് കവിതകൾ ഹാർവസ്റ്റ് ഓഫ് ബ്ലോസം (*Harvest of Blossom*) എന്ന

പേരിൽ സമാഹരിച്ചിരിക്കുന്നു. ഇതിലെ കവിതകൾ അവൾ ഭൂമിയിലു
പേക്ഷിച്ചു പോയതാണ്. അവളുടെ മരണം കഴിഞ്ഞ് മുപ്പത്തിയെട്ടുവർഷ
ത്തിനുശേഷം 1980 ൽ ഈ കവിതകൾ കൊയ്ത്തൊരുക്കുമ്പോൾ അതിൽ
നിന്നുയരുന്ന നേർത്ത സുഗന്ധം നമ്മെ പ്രണയോന്മാദികളാക്കുന്നു. നഷ്ട
ബോധത്തെ അകലേക്ക് വലിച്ചെറിഞ്ഞുകൊണ്ട് സെൽമയെത്തേടി
നമ്മുടെ ഉന്മാദ മനസ്സ് യാത്ര തുടങ്ങുന്നു. അവൾ പാടുന്നു,

'പനിനീർച്ചെടിയിൽ

നിറയെ മഞ്ഞുതുള്ളികൾ

അവ

എന്റെ മുഖത്തെ മാറിമാറി ചുംബിക്കുന്നു.

അല്ല, എന്റെ മിഴികളെ

എന്റെ ചുണ്ടുകളെ

എന്റെ കവിൾത്തടങ്ങളെ

എന്റെ പുഞ്ചിരിയെ

എന്റെ...'

മുഖം നിറയെ വിടരുന്നൊരു പുഞ്ചിരി സെൽമയ്ക്കുണ്ടായിരുന്നു.
അതായിരുന്നു അവളുടെ (കവിതയുടെയും) മധുരമായൊരടയാളം.

1924 ൽ റൊമാനിയയിലെ ചെർണോവിറ്റ്സിലാണ് സെൽമ ജനിച്ച
ത്. (പോൾ സെലാന്റെ കുട്ടിക്കാലവും ഇവിടെയായിരുന്നു) ശലഭച്ചിറകു
കളണിഞ്ഞ കുട്ടിക്കാലമായിരുന്നു സെൽമയ്ക്കുണ്ടായിരുന്നത്. പറവക
ളുടെയും മേഘങ്ങളുടെയും കളിക്കൂട്ടുകാരിയായിരുന്നു അവൾ. മഴമേ
ഘങ്ങളോടും വെള്ളാരംകല്ലുകളോടും അവളിടയ്ക്കിടെ പിണങ്ങാറുണ്ടാ
യിരുന്നു. കുന്നുകൾ കയറിയിറങ്ങി നടക്കാൻ അവളിലെ കൊച്ചു
കവിക്കിഷ്ടമായിരുന്നു. സെൽമ എഴുതുന്നു,

'പൂവുകളിൽ തളിർത്തു കിടക്കും വെളിച്ചമേ

നിന്നെ കോരിക്കുടിക്കുന്നതെങ്ങനെ?

എന്റെ ദാഹം

അതിപ്പോഴും അടങ്ങിയിട്ടില്ലല്ലോ

വെളിച്ചമേ

നിന്നെ ഞാൻ കോരിക്കുടിക്കട്ടെ!'

വെളിച്ചത്തിനോടും പൂവുകളോടും നക്ഷത്രങ്ങളോടും വല്ലാത്തൊ
രിഷ്ടം സെൽമയ്ക്കുണ്ടായിരുന്നു. മരണകാലമടുത്തുവരുന്ന നാളുകളിലും
അവൾ പാടിയത് നിഷ്കളങ്ക സ്നേഹത്തെക്കുറിച്ച് മാത്രമായിരുന്നു.
യുദ്ധങ്ങൾക്കും നരഹത്യകൾക്കുമിടയിൽ അവളുടെ കവിത ഒരു പുൽനാ
മ്പിന്റെ കരുത്തോടെനിന്നു. സ്നേഹത്തെ അവൾ സ്വാതന്ത്ര്യത്തിന്റെ
പതാകയായി കണ്ടു. അവധി ദിനങ്ങളിൽ അവൾ കൂട്ടുകാർക്കൊപ്പം കാട്
കാണുവാൻ പോയി. നിശാവിരുന്നുകളിൽ അവൾ കവിതകൾ ചൊല്ലി

കൂട്ടുകാരെ ആനന്ദിപ്പിച്ചു. ഉദ്യാനങ്ങളിൽ അവൾ ചിത്രശലഭമായി. ലൈബ്രറികളിൽ അവൾ കൂടുതൽ അസ്വസ്ഥയായി. പ്രിയപ്പെട്ട കൂട്ടു കാരനെ അവൾ ഹൃദയത്തിലേക്ക് ചേർത്തുവച്ചു. ഒരു ശൈത്യകാലത്ത് അവൻ ഹൃദയത്തിൽ നിന്നിറങ്ങിപ്പോയപ്പോൾ അവൾ സ്വന്തം ഹൃദയ ത്തിനോട് കലഹിച്ചു. "കഷ്ടം, ഒരു പ്രണയത്തെ പളുങ്കു പാത്രം പോലെ സൂക്ഷിക്കാനുള്ള കഴിവില്ലാതെപോയല്ലോ" എന്ന് പറഞ്ഞ് അവൾ സ്വന്തം ഹൃദയത്തെ പരിഹസിച്ചു. എല്ലാ സങ്കടങ്ങളും എനിക്ക് കവിതകളായി രുന്നുവെന്ന് പറഞ്ഞ് അവൾ പ്രണയ ഹൃദയത്തെ പിന്നീട് സാന്ത്വനി പ്പിച്ചു.

ആനന്ദത്തിന്റെയും ഇത്തിരിപ്പോന്ന സങ്കടങ്ങൾക്കുമിടയിലെവിടെ യോ വച്ചാണ് സെൽമയ്ക്ക് സ്വാതന്ത്ര്യത്തിന്റെ ചിറകുകൾ നഷ്ടപ്പെട്ടു തുടങ്ങിയത്. രണ്ടാം ലോക മഹായുദ്ധം ആരംഭിച്ചതോടെ, റൊമേനി യൻ ഗവൺമെന്റിന്റെ നേതൃത്വത്തിൽ നാസികൾ ചെർണോവിറ്റ്സിൽ പ്രവേശിച്ചു കഴിഞ്ഞിരുന്നു. അതോടെ എവിടെയും ജൂതവിരുദ്ധവെറി യുടെ സംഘഗാനങ്ങൾ ഉയർന്നുകേൾക്കാൻ തുടങ്ങി. ഇത് സെൽമയുടെ കവി ഹൃദയത്തെ വല്ലാതെ മുറിപ്പെടുത്തി. ചിറകുകൾ നഷ്ടപ്പെട്ട ഒരു പക്ഷിയെപ്പോലെയായി അവൾ. അക്കാലത്തെക്കുറിച്ച് സെൽമ പാടുന്നു,

'നഷ്ടപ്പെടുന്നത്
ഓർമിക്കേണ്ടതില്ല
ചിറകുകളിലൊന്ന്
സ്വപ്നങ്ങളിലൊന്ന്
ബാക്കിയാകുന്നെങ്കിൽ
എനിക്കതുമതി
ആകാശം
എനിക്ക് അപ്രാപ്യമല്ല.
നക്ഷത്രങ്ങളോടും
മിന്നൽപ്പിണരുകളോടും
എനിക്ക് സംസാരിക്കാനറിയാം
ഭൂമിയിൽ
എനിക്കുണ്ടായിരുന്നതെല്ലാം
ആകാശത്തുമുണ്ട്.'

നാസികൾ ചെർണോവിറ്റ്സിൽ പിടിമുറുക്കിയതോടെ സെൽമയുടെ സ്വാതന്ത്ര്യം പൂർണമായും നഷ്ടപ്പെട്ടു. വനയാത്രകളും നിശാവിരുന്നു ശാലകളും ഒറ്റപ്പെട്ട ഓർമകൾ മാത്രമായിത്തീർന്നു. സന്ധ്യകഴിഞ്ഞാൽ ജൂതന്മാർക്ക് പുറത്തിറങ്ങാൻ പാടില്ല എന്ന നിയമം നിലവിൽവന്നു. ലൈബ്രറികളും ഉദ്യാനങ്ങളും അടഞ്ഞുകിടന്നു. കൂട്ടിലടയ്ക്കപ്പെട്ട ഒരു

പക്ഷിയെപ്പോലെയായി സെൽമ. അപ്പോഴും അവൾ കവിതകളെഴുതി
ക്കൊണ്ടേയിരുന്നു. വരാൻ പോകുന്ന ഇരുണ്ട ദിനങ്ങളെ ഓർത്ത് അവൾ
സങ്കടപ്പെട്ടു. നാസികൾക്ക് നേരെ ഒരു കൊച്ചുപെൺകുട്ടിക്ക് എങ്ങനെ
യുദ്ധം ചെയ്യാനാകും? കവിത ഒരിക്കലും സെൽമയ്ക്ക് ഒരായുധമായിരു
ന്നില്ല. കവിത അവൾക്ക് സ്നേഹം മാത്രമായിരുന്നു. സ്നേഹത്തെ
അവൾ സ്വാതന്ത്ര്യമേ എന്നു വിളിക്കുകയാണ് ചെയ്തത്. 1939 ജനുവരി
ആദ്യം നാസി പട്ടാളം സെൽമയെ തേടിയെത്തി. അവളെ അവർ ഉക്ര
യിനിലെ നാസി ലേബർ ക്യാമ്പിലേക്ക് കൊണ്ടുപോയി. പോകുംമുൻപ്
അവൾ കവിതകളുടെ നോട്ടുപുസ്തകം ആത്മസുഹൃത്തായ ലേക്സർ
ഫിക്മാനെ ഏൽപ്പിച്ചിരുന്നു. (ഫിക്മാൻ അവളുടെ പ്രണയനായകനാ
യിരുന്നു) ലേബർ ക്യാമ്പിലെ ജീവിതം അവളുടെ ആരോഗ്യത്തെ
ക്ഷീണിപ്പിച്ചു. ഇരുണ്ട ദിനങ്ങളെ ഓർത്ത് അവൾ സങ്കടപ്പെട്ടില്ല.
അപ്പോഴും അവൾ സ്വപ്നം കാണാൻ ശ്രമിച്ചുകൊണ്ടേയിരുന്നു. മരണം
വാതുക്കൽ നിൽക്കുന്നതവൾ കണ്ടു. മരണവുമായി അവൾ കലഹിച്ചില്ല.
ഭൂമിയിലെ എല്ലാ വേദനകൾക്കും നന്ദി പറഞ്ഞുകൊണ്ട് പതിനെട്ടാം വയ
സിൽ അവൾ മരണത്തിനൊപ്പം യാത്രയായി.

സെൽമയുടെ കവിതകൾ (1939–41) പലസ്തീനിലേക്ക് പോകും
മുമ്പ് ഫിക്മാൻ സുഹൃത്തായ എൽസിസിന് നൽകിയിരുന്നു. എൽസിസ്
മറ്റൊരു സുഹൃത്തായ റെനിക്ക് ഇതു കൈമാറി. 1976 ൽ ടെൽ അവീ
വിൽ വച്ച് സെൽമയുടെ അധ്യാപകരെ അവിചാരിതമായി കണ്ടുമുട്ടിയ
റെനി ഈ കവിതകളെക്കുറിച്ച് അവരോട് പറയുകയും എല്ലാവരും ചേർന്ന്
കവിതകൾ പുസ്തക രൂപത്തിൽ പ്രസിദ്ധപ്പെടുത്തുകയും ചെയ്തു. 1980 ൽ
ജർമൻ ഭാഷയിൽ പ്രസിദ്ധീകരിച്ച ഈ കാവ്യ സമാഹാരം 2008 ലാണ്
ഐറിൻ സിൽവർ ബ്ലാതും ഹെലൻസിൽ വർബ്ലാതും ചേർന്ന് എഡിറ്റ്
ചെയ്ത് ഇംഗ്ലീഷിൽ പ്രസിദ്ധീകരിച്ചിരിക്കുന്നത്.

യുദ്ധക്കൊതിയന്മാരോടും ആയുധധാരികളോടും സെൽമയ്ക്ക്
എന്നും വെറുപ്പായിരുന്നു. പല കവിതകളിലും അതിന്റെ അടയാളങ്ങൾ
അവൾ കൊത്തിവച്ചിട്ടുണ്ട്. ഇരുണ്ട സൂര്യൻ, മലിനജലം, പുഴുക്കൾ തുട
ങ്ങിയ ബിംബങ്ങളിലൂടെ സെൽമ തന്റെ കാവ്യവ്യക്തിത്വം വെളിപ്പെടു
ത്തിയിട്ടുള്ളത് ശ്രദ്ധേയമാണ്. പക്ഷേ, പതിനെട്ടു വയസ്സ് മാത്രമുള്ള,
ഹൃദയം നിറയെ പ്രണയം കൊണ്ടുനടന്ന എല്ലാവരെയും നോക്കി പുഞ്ചി
രിക്കാൻ മാത്രം കഴിയുന്ന ഒരു പെൺകുട്ടിക്ക് എങ്ങനെ ഇതിൽ കൂടു
തൽ പാരുഷ്യത്തോടെ എഴുതാനാകും? അതുകൊണ്ട് തന്നെ ഈ കവി
തകൾ അവളുടെ സ്വകാര്യ സ്വപ്നങ്ങളാണ്. അവിടേക്ക് ആയുധധാരി
കൾക്ക് പ്രവേശനമില്ല. വേട്ടയാടപ്പെട്ട അവളുടെ ഉടലും മനസും ചില
കവിതകളിൽ തീപ്പന്തങ്ങളായി മാറുന്നത് കാവ്യ വായനയിൽ നമുക്കനു

ഭവപ്പെടുക തന്നെ ചെയ്യും. അതിനപ്പുറത്തേക്ക് അവൾ കടന്നുപോയിരി
ക്കുന്നു. മരണം പട്ടാളവേഷം ധരിച്ച് ജയിലഴികൾക്കപ്പുറം നിൽക്കു
മ്പോഴും അവൾ പാടിയത് പുഴകൾ നക്കിത്തുടച്ച വെള്ളാരംകല്ലുകളെ
കുറിച്ചായിരുന്നു. അവൾ കടലിന്റെ ആഴവും ഉദ്യാനത്തിന്റെ സുഗന്ധ
വുമായിരുന്നു.

Harvest of blossoms
selma meerbaum eisinger
Edited by lrene silverblattd heleneblatt

19

നരക ജീവിതത്തിന്റെ നിലവിളികൾ

ജോസഫ് ബ്രോഡ്സ്കി കളക്ട്സ് പോയംസ് ഇൻ ഇംഗ്ലീഷ്

ജോസഫ് ബ്രോഡ്സ്കി

ഭൂമിയിലെ ഏക ദയാരഹിത മായ ജീവിതം എന്റേതായിരു ന്നു. കാരണം ഞാൻ ഭൂമിയി ലെ അതിഥിയോ ആതിഥേ യനോ ആയിരുന്നില്ല. ഞാൻ സ്വപ്നം കാണാറുണ്ടായിരുന്നു. പക്ഷേ, അവർ പീരങ്കികളു മായി വന്ന് എന്റെ സ്വപ്ന നിക്ഷേപത്തെ തകർത്തുകള ഞ്ഞു. ഞാൻ ദൈവത്തിനോട് സംസാരിക്കാറുണ്ടായിരുന്നു. പക്ഷേ എന്റെ നാവിനെ അവർ പിഴുതെടുക്കുകയും കൊടുങ്കാറ്റിലേക്ക് വലിച്ചെ റിയുകയും ചെയ്തു.

വിപ്ലവാനന്തര റഷ്യൻ ഭരണകൂടത്തിന്റെ ചെയ്തിക ളിൽ മനം മടുത്ത ജോസഫ് ബ്രോഡ്സ്കി വിയന്നയി ലേക്ക് പോകുംമുമ്പ് എഴുതി.

ബ്രോഡ്സ്കി എഴുതുമ്പോൾ കാലത്തിന്റെ വെന്തുമലർന്ന മണ്ണടരുക ളിൽനിന്ന് ഇനിയും തകർന്നടിഞ്ഞിട്ടില്ലാത്തൊരു മനുഷ്യശബ്ദമായിരുന്നു നാം കേട്ടത്. പ്രാക്തനമായ കാലസ്ഥലികളിൽനിന്ന് ജാഗരം കൊള്ളുന്ന

വിമോചനത്തിന്റെ പുരുഷ ശബ്ദമായിരുന്നു അത്. സാമൂഹ്യ പരന്നാഭോജി എന്ന് വിശേഷിപ്പിച്ച് ബ്രോഡ്സ്കിയെ ലേബർ ക്യാമ്പിലടച്ചപ്പോഴും അദ്ദേ ഹത്തിന്റെ കവിതകൾക്ക് നേരെ നെറികെട്ട വിലക്കേർപ്പെടുത്തുമ്പോഴും സാനിറ്റോറിയങ്ങളിലെ ഇരുണ്ട മുറിയിൽവച്ച് വിഷമരുന്നുകൾ കുത്തി വയ്ക്കുമ്പോഴും ബ്രോഡ്സ്കിയുടെ നാവ് പൂർണമായും നിശ്ശബ്ദമാ ക്കാൻ അവർക്ക് കഴിഞ്ഞിരുന്നില്ല. അവർക്ക് നേരെ ബ്രോഡ്സ്കി അപ്പോഴും കയർത്തുകൊണ്ടേയിരുന്നു. ആ നാവിൽനിന്ന് സ്വാതന്ത്ര്യ ത്തിന്റെ അമരഗാഥകൾ ഒന്നൊന്നായി പുറത്തേക്ക് ഒഴുകിക്കൊണ്ടേയി രുന്നു. അത് പുതിയ ചക്രവാളത്തിലേക്ക് കുതിച്ച വെളിച്ചത്തിന്റെ കുതി രകളായിരുന്നു.

പതിനാറാം വയസിലാണ് ബ്രോഡ്സ്കി ആദ്യ കവിത എഴുതുന്നത്. യഹൂദ കുടുംബത്തിന്റെ കടുത്ത യാഥാസ്ഥിതിക ചിന്തകളിൽനിന്ന് രക്ഷ പ്പെടാനുള്ള തീവ്രശ്രമത്തിന്റെ ഭാഗമായിട്ടായിരുന്നു ബ്രോഡ്സ്കി കവി തകളെഴുതി തുടങ്ങിയത്. ഏകാധിപത്യത്തിനോടും അസ്വാതന്ത്ര്യത്തി നോടും പക നിറഞ്ഞ വെറുപ്പ് ബ്രോഡ്സ്കിയിൽ ആദ്യം മുതലേ ഉണ്ടാ യിരുന്നു. ഏകാധിപത്യത്തെ 'പുഴുക്കളരിച്ച അധികാരം' എന്നാണ് ബ്രോഡ്സ്കി വിശേഷിപ്പിച്ചത്. ഭരണകൂടത്തിനെതിരെ കവിതകളെഴു തിത്തുടങ്ങിയതോടെ ബ്രോഡ്സ്കിയെ ഗവൺമെന്റ് ശ്രദ്ധിച്ചുതുടങ്ങി. ബ്രോഡ്സ്കിക്കെതിരായി അവർ കുറ്റപ്പത്രം തയാറാക്കുകയും 1964 ൽ ലെനിൻഗ്രാഡിലെ പ്രത്യേക കോടതിയിൽ വിചാരണ നടത്തുകയും ചെയ്തു. ഭരണകൂടത്തിനും അധികാരത്തിനുമെതിരെ ബ്രോഡ്സ്കി കൊടുങ്കാറ്റഴിച്ചുവിട്ടു. എന്റെ ചരിത്രബോധം നിങ്ങൾക്ക് വിലയ്ക്കെടു ക്കാനാവില്ലെന്നും എന്റെ കവിതയുടെ മുനകളെ നിങ്ങൾക്ക് ആയുധ ങ്ങൾകൊണ്ട് തകർക്കാനാകില്ലെന്നും ബ്രോഡ്സ്കി വിളിച്ചുപറഞ്ഞു. വിചാരണാനന്തരം ബ്രോഡ്സ്കിയെ ക്രെസ്റ്റീന എന്ന കുപ്രസിദ്ധമായ തടങ്കൽപ്പാളയത്തിലേക്ക് കൊണ്ടുപോയി. അഞ്ചു കൊല്ലത്തെ കൊടും പീഡനങ്ങൾക്കിടയിലും ബ്രോഡ്സ്കി കവിതകളെഴുതിക്കൊണ്ടേയിരു ന്നു. ടി എസ് എലിയറ്റ്, ഓഡെൻ, ഡിലൻ തോമസ്, യേറ്റ്സ് എന്നിവ രുടെ കവിതകളിൽ ആഴത്തിൽ സ്നാനപ്പെടുന്നതും ഇക്കാലയളവിലാ ണ്. പീഡനത്തിനും സഹനത്തിനുമിടയിൽനിന്ന് തന്നെ രക്ഷപ്പെടുത്തി യത് ഗുരുസ്ഥാനീയരുടെ കവിതകളായിരുന്നുവെന്ന് ബ്രോഡ്സ്കി പിൽക്കാലത്ത് ഓർമിക്കുന്നുണ്ട്.

ക്രെസ്റ്റീനയിലെ നരകജീവിതം ബ്രോഡ്സ്കിയെ സംബന്ധിച്ചിട ത്തോളം ആധ്യാത്മികമായൊരു പരീക്ഷണകാലം കൂടിയായിരുന്നു. ക്ഷോഭത്തിന്റെയും പകയുടെയും പരുക്കൻ കാവ്യബിംബങ്ങളിലേക്ക് അധ്യാത്മിക തരംഗങ്ങ(Spiritual Pressure)ളുടെ പ്രവേശനം കവിക്കും വായനക്കാരനും പുതിയൊരനുഭവമായിരുന്നു. 'അതൊരു വികാര വിമ ലീകരണവും അന്തസ്സാർന്ന തീരുമാനവും കൂടിയായിരുന്നു'വെന്ന് ബ്രോഡ്സ്കി ഈ അനുഭവത്തെ പിൽക്കാലത്ത് അടയാളപ്പെടുത്തിയി

ട്ടുണ്ട്. സ്വയം ചോദ്യങ്ങൾ ചോദിക്കുവാനും സ്വയം ഉത്തരങ്ങൾ കണ്ടെ ത്തുവാനുമുള്ള ആത്മീയ സ്വാതന്ത്ര്യം ബ്രോഡ്സ്കിയെ കൂടുതൽ ധൈര്യപ്പെടുത്തി. *എ പാർട്ട് ഓഫ് സ്പീച്ച്* എന്ന കവിതയെക്കുറിച്ച് നടന്ന ചർച്ചയിൽ പങ്കെടുത്തുകൊണ്ട് ബ്രോഡ്സ്കി പറഞ്ഞത് "കവിതയിലൂടെ ജീവിതത്തെ അന്വേഷിച്ചുകൊണ്ടേയിരിക്കുക. ചോദ്യങ്ങൾ അപകടങ്ങ ളാകുന്നതോടെ ജീവിതത്തിന്റെ ശരിയായ ആധ്യാത്മികതയിൽ നിങ്ങൾക്ക് എത്തിച്ചേരാനാകും" എന്നാണ് ഓഡൻ വിശേഷിപ്പിച്ചത്. ക്ഷോഭത്തിന്റെയും ശാന്തിയുടെയും രണ്ടു വ്യത്യസ്ത വഴികളിലൂടെ പര മമായ സ്വാതന്ത്ര്യത്തിലേക്കും ആനന്ദത്തിലേക്കും എത്തുകയായിരുന്നു ബ്രോഡ്സ്കി. അത് ബ്രോഡ്സ്കിയിലെ കവി ഭൂമിയിൽ നടപ്പാക്കിയ കാവ്യനീതികൂടിയായിരുന്നു.

ആൻകെൻ ബെർഗ് എഡിറ്റ് ചെയ്ത *കളക്ട്സ് പോയംസ് ഇൻ ഇംഗ്ലീഷ്-ജോസഫ് ബ്രോഡ്സ്കി* (*Collected Poems in English - Jo-seph Brodsky*) എന്ന ബൃഹദ്-കാവ്യ സമാഹാരം, വരണ്ടുണങ്ങിപ്പോയ കാലഘട്ടങ്ങളുടെ വികാരസാന്ദ്രമായ ഒരനുഭവ സാക്ഷ്യമാണ്. കണ്ണീരും ചോരയും കുതിർന്നുകിടക്കുന്ന അനുഭവങ്ങളാണ് ഈ പുസ്തകത്തിന്റെ അകം പൊരുൾ. ഇതിലെ ഓരോ കവിതയും നഗ്നമാക്കപ്പെട്ട ചരിത്ര ത്തിന്റെ മാപ്പുസാക്ഷികളാണ്. തെരുവിൽ നിന്നൊരു നിലവിളി ഉയർന്നു കേൾക്കുന്നത് നാം അറിയുന്നുണ്ട്. പക്ഷേ, അതാരുടെ ശബ്ദം എന്നു മാത്രം തിരിച്ചറിയാനാകുന്നില്ല. ചവിട്ടി നിൽക്കുന്ന മണ്ണ് മെല്ലെ ഇടിഞ്ഞു താഴുന്നു. രക്ഷപ്പെടാൻ കൊതിക്കുംമുമ്പ് ആരോ നമ്മുടെ നെഞ്ചിനു നേരെ തോക്കുചൂണ്ടുന്നു. മരണത്തിന് തൊട്ടു മുമ്പ് നാം പറയാൻ ബാക്കി വെച്ചതെല്ലാം നമുക്കുവേണ്ടി കവി വിളിച്ചുപറയുന്നു.

ശരീരത്തിനകത്തും പുറത്തും നടക്കുന്ന സംഘർഷങ്ങളിൽ നിന്നാണ് ബ്രോഡ്സ്കിയുടെ കവിത സ്വതന്ത്രമാകുന്നത്. *ടു യൂറേനിയ* എന്ന കവിതയിലെ സംഘർഷ ഭൂമി മനസിന്റെ മാത്രമല്ല, ഭൂമിയിലെ എല്ലാ യുദ്ധക്കളങ്ങളുടെയും വന്യത അതിനുണ്ട്. *ലല്ലബി ഓഫ് കേപ്* എന്ന കവിതയിലെ വിലാപം നമ്മുടെ ശബ്ദം കൂടി ഉൾക്കൊള്ളുന്നുണ്ട്. ഇങ്ങനെ ഭിന്നവികാരങ്ങളിലൂടെ, സ്വാതന്ത്ര്യത്തിലൂടെ മനുഷ്യജീവിത ത്തിന്റെ അന്തസ്സ് തേടിക്കൊണ്ടിരിക്കുന്ന കവിതകളാണ് ബ്രോഡ്സ്കി യുടേത്. അത് ഭാവിയിലേക്ക് തുറന്നുകിടന്ന സ്വാതന്ത്ര്യത്തിന്റെ വഴിയാ യിരുന്നു. നിരന്തരം പീഡനമേൽക്കുമ്പോൾ വേദനയ്ക്കുള്ളിലെവിടെയോ ആനന്ദത്തിന്റെ ഒരു കണിക ബാക്കിയാകുന്നുവെന്ന് ആത്മാനുഭവങ്ങൾ നിറഞ്ഞ ഒരു കവിതയിൽ ബ്രോഡ്സ്കി എഴുതിയിട്ടുണ്ട്.

ആത്മസംഘർഷങ്ങളുടെ ഭൂമികയിൽനിന്നാണ് ബ്രോഡ്സ്കിയുടെ കവിതകൾ പ്രഭവംകൊള്ളുന്നത്, കടുത്ത അന്യതാ ബോധം, ഏകാന്ത ത, വിഷാദാത്മകത, ജീവിതവുമായി ബന്ധപ്പെട്ടതിലെല്ലാം ദുരന്തത്തിന്റെ സാന്നിധ്യം കണ്ടെത്താനുള്ള വ്യഗ്രത, ഇതെല്ലാം ബ്രോഡ്സ്കിയുടെ കവിതകളെ ആഴത്തിൽ മുറിവേൽപ്പിച്ചിട്ടുണ്ട്. *ഓർമകൾ* എന്ന കവിത

യിലെ പ്രാർഥനാനുഭവം കവിയുടെ മാത്രമല്ല, എല്ലാ വേദനകളും കുഴി ച്ചുമൂടി അതിൽനിന്നൊരു പനിനീർപ്പൂവ് വിടരണമെന്ന് കവി ആഗ്രഹി ക്കുന്നു. മറ്റൊരു കവിതയിൽ കെട്ടകാലത്തിന്റെ വിഴുപ്പുകൾ ചുമന്നു നട ക്കാൻ എനിക്കാവില്ലെന്നും എനിക്കുവേണ്ടത് മുൾക്കിരീടമാണെന്നും ബ്രോഡ്സ്കി എഴുതുന്നു. ഭൂമിയിൽ പുതിയത് എന്നൊന്നില്ല എന്നും എല്ലാം പഴയതുതന്നെ എന്നും ബ്രോഡ്സ്കി പാടുമ്പോൾ അത് ചരിത്ര ത്തിലെ അപകടകരങ്ങളായ ആവർത്തനങ്ങളെ ഓർമപ്പെടുത്തുന്നുണ്ട്.

ബൈബിളും മിത്തുകളും മാറിമാറി ഭരിച്ച ഒരു കവിഹൃദയത്തിന്റെ തുറന്നുപറച്ചിലുകൾ ഈ കാവ്യസമാഹാരത്തിലെ ചില കവിതകളെ ശ്രദ്ധേയമാക്കുന്നുണ്ട്. എന്നാൽ ഈ കവിതകൾ കടുത്ത മതാത്മകത യിലേക്ക് കടക്കാതെ തന്നെ മതാത്മകതയുമായി ബന്ധപ്പെട്ട സത്യങ്ങളെ പ്രത്യക്ഷത്തിൽ കൊണ്ടുവരാനുള്ള ധൈര്യപ്പെടലുകൾ നടത്തുന്നുണ്ട്. ഗോർബുനോവും ഗോർച്ചക്കോവും എന്ന ദീർഘകാവ്യം ഇതിനനുബ ന്ധമായി വായിക്കാവുന്ന ഒന്നാണ്. പതിനാല് ഭാഗങ്ങളിലായി ഒഴുകിപ്പ രന്ന ഈ കാവ്യം ചിത്തരോഗാശുപത്രിയിലെ ഒരു മുറിയിൽ കഴിയുന്ന രണ്ടു ഭ്രാന്തമാരുടെ മാനസിക നിലയെ അടിസ്ഥാനമാക്കിയുള്ളതാണ്. ഇതിൽ റഷ്യയുടെ സാംസ്കാരിക ചരിത്രത്തെയും ക്രിസ്തുമതവിശ്വാ സത്തെയും പര്യാലോചനകൾക്ക് വിധേയമാക്കുന്നതിലൂടെ ബ്രോഡ്സ്കി പുതിയൊരു സാംസ്കാരിക വിപ്ലവത്തിന് അടിത്തറയിടുക കൂടിയാണ് ചെയ്യുന്നത്. അതുകൊണ്ടുതന്നെ ഈ കവിതകൾക്ക് മുന്നിൽ നിന്നു കൊണ്ട് കാലത്തിന് ഒരിക്കലും നിറയൊഴിക്കാൻ കഴിയില്ല.

Collected Poems in English
Joseph Brodsky
Straus and Girom, New York

20

പ്രാർഥനയുടെ മഹായാനങ്ങൾ
കോളിൻ താബ്രോൺ ടു എ മൗണ്ടൻ ഇൻ ടിബറ്റ്

കോളിൻ താബ്രോൺ

"പ്രാർഥിക്കുമ്പോൾ നമുക്ക് നഷ്ടപ്പെട്ടത് തിരികെ ലഭിക്കുന്നു. പ്രാർഥിക്കാതിരിക്കുമ്പോൾ നമ്മുടെ നഷ്ടങ്ങൾ ഭയാനകങ്ങളാകുന്നു." ചൈനീസ് കവിയായ സൂചിൻ ഇങ്ങനെ എഴുതിയതിനുപിന്നിൽ സങ്കടങ്ങളുടെ ഭൂതകാലമുറിവുകളുണ്ട്. ധ്യാനിക്കാൻ നിങ്ങൾക്കുണ്ടായിരിക്കേണ്ട പ്രാഥമികയോഗ്യത നിങ്ങൾ സങ്കടമുള്ളവരായിരിക്കണമെന്നുള്ളതാണെന്ന് ഓഷോ പറയുന്നുണ്ട്. അപ്പോൾ എല്ലാം സങ്കടത്തിൽ നിന്ന് തുടങ്ങുകയും എല്ലാം സങ്കടത്തിൽ പര്യവസാനിക്കുകയും ചെയ്യുന്നു എന്നു വരുന്നു. സങ്കടങ്ങളൊഴിഞ്ഞ ഹൃദയം എന്നൊന്നില്ല എന്നും അത് ഭംഗി കുറഞ്ഞ സ്വപ്നങ്ങളിലൊന്നാണെന്നും കബീർ പാടുന്നു. ശരീരത്തിൽ നിന്ന് പുറത്തേക്കുള്ള യാത്രകൾ സങ്കടങ്ങളിലേക്കുള്ള ക്ഷണങ്ങളാണ്. ഭൗതികമായ എന്തിലും നാം തികഞ്ഞ ആസക്തിയുള്ളവരാ

കുന്നു. അതു കരഗതമാകാതെ വരുമ്പോൾ നമ്മുടെ ഇന്ദ്രിയങ്ങൾ വില പിക്കുന്നു. അതു നമുക്ക് കേൾക്കാവുന്ന ദൂരത്തിനപ്പുറത്തേക്ക് ചിറകു വയ്ക്കുമ്പോൾ നാം ദുഃഖം തന്നെയാകുന്നു.

പുറത്തേക്കുള്ള യാത്രകൾപോലെ തന്നെ അകത്തേക്കും തുറന്നു കിടക്കുന്ന ചില വഴികളുണ്ട്. വഴികൾ എന്നു പറയാനാകില്ലെങ്കിലും അതൊരു ഒറ്റവഴിയാണ്. അത് ആത്മാവിലേക്കുമാത്രം തെളിയുന്നൊരു തീർഥാടന വഴിയാണ്. ഭൗതികമായ എന്തും ഉപേക്ഷിച്ചുകൊണ്ടു നട ത്തുന്ന വിശുദ്ധയാനം. അത്തരം യാത്രകളിൽ ഹൃദയവുമായി ബന്ധ പ്പെട്ടതെല്ലാം ഓർമയിലേക്ക് പതിയെ കടന്നുവരും. അതെല്ലാം ക്ഷണ നേരംകൊണ്ടു മാഞ്ഞുപോവുകയും ചെയ്യും. അത് മുക്തിയുമായി ബന്ധ പ്പെട്ട ഒരു കൺകെട്ടുവിദ്യയാണ്. അകത്തേക്കുള്ള യാത്രകൾ ഒരാൾ തെരഞ്ഞെടുക്കുന്നതിനു പിന്നിൽ സങ്കടങ്ങളിൽനിന്നുണ്ടായ കടുത്ത തീരുമാനങ്ങളുണ്ട്. അത് പ്രാർഥനകളുടെ ഫല സമൃദ്ധിയാണ്. കോളിൻ താബ്രോണിന്റെ *To a Mountain in Tibet* വായിക്കുമ്പോൾ പ്രാർഥനക ളുടെ ഫലസമൃദ്ധി നാം അനുഭവിക്കുന്നത് അതുകൊണ്ടാണ്.

കോളിൻ താബ്രോണിന്റെ ജീവിതം സങ്കടങ്ങളുടെ പുസ്തകമായി രുന്നു. ഹൃദയത്തിനോട് പറ്റിച്ചേർന്ന പ്രിയപ്പെട്ടവർ ഓരോരുത്തരായി കോളിൻ താബ്രോണിനെ വിട്ടുപോയി. ആദ്യം അനുജത്തി, അച്ഛൻ, അമ്മ അതെല്ലാം ഒഴിവാക്കാനാകാത്ത വിടവാങ്ങലുകൾ ആയിരുന്നെങ്കിലും കോളിൻ താബ്രോണിനെ സംബന്ധിച്ചിടത്തോളം അത് തകർക്കപ്പെട്ട സ്വപ്നങ്ങൾ തന്നെയായിരുന്നു. കാത്തിരിക്കാനും സ്നേഹിക്കാനും പ്രതീ ക്ഷിക്കാനുമില്ലാത്ത ഒരാൾ അപകടകരമായ ഒരുവഴി തെരഞ്ഞെടുക്കു ന്നതിൽ തെറ്റൊന്നുമില്ല. സൈബീരിയായിലേക്കും ഡമാസ്കസിലേക്കും ജറുസലേമിലേക്കും കോളിൻ താബ്രോൺ നടത്തിയ സാഹസിക സഞ്ചാ രങ്ങൾ നമുക്കു മുന്നിലുണ്ട്. അതെല്ലാം ദൈവത്തിനോടുള്ള പ്രതികാര യാത്രകളായിരുന്നു. പക്ഷേ കോളിൻ താബ്രോണിന്റെ യാത്രാപഥങ്ങ ളിൽ ഒരിടത്തുപോലും ദൈവം വന്നുപെട്ടില്ല. അത് കോളിൻ താബ്രോ ണും ദൈവവും തമ്മിൽ നടത്തിയ വിശുദ്ധമായ ഒരൊളിച്ചുകളിയായിരു ന്നു.

To A Mountain in Tibet എല്ലാ അനുഭവത്തിലും ആത്മാവിലേക്ക് നീങ്ങുന്നൊരു യാത്രയാണ്. പുറത്തേക്ക് പോകുന്നതിനേക്കാൾ ഭംഗിയും അർഥവും അകത്തേക്കുള്ള യാത്രകൾക്കുണ്ടെന്ന് ഗൈഡായ ഈശ്വരി നോട് കോളിൻ താബ്രോൺ പറയുന്നു. കൈലാസയാത്ര തെരഞ്ഞെ ടുത്തതിനുപിന്നിൽ ഇത്തരമൊർ ആത്മദർശനമുണ്ട്. അനന്തമായ കാല ത്തിന്റെ ദിഗംബരസാക്ഷി. പ്രാർഥനകളുടെ മഹാതപസ്സ്. അവിടേക്ക്

ഞാൻ ഒറ്റയ്ക്കല്ല എന്നു വിളിച്ചുപറയാനും ഇന്ദ്രിയങ്ങളെ പഴയ ഉണർവു കളിലേക്ക് മടക്കിക്കൊണ്ടുവരാനും നഷ്ടസ്മൃതികളിൽ നിന്ന് ഉടലും ഉയിരും കലർന്ന ഗന്ധങ്ങളെ ചുംബിച്ചെടുക്കാനുമുള്ള ധൈര്യപ്പെടലു കളായിരുന്നു കോളിൻ താംബ്രോണിന്റെ യാത്ര.

കാഡ്മണ്ടുവിൽനിന്നാണ് കോളിൻ താംബ്രോൺ യാത്രതുടങ്ങു ന്നത്. കർണാലി നദി കടന്ന് ആരണ്യകങ്ങളിലൂടെ ഒറ്റപ്പെട്ട താഴ്വരക ളിലൂടെ, സ്നേഹഗ്രാമങ്ങളിലൂടെ കോളിൻ താബ്രോൺ കൈലാസം തേടി നടക്കുന്നു. ഹൃദയം നിറയെ പ്രാർഥനകളാണ്. മരിച്ചവർക്കുവേ ണ്ടിയാണ് ഞാനീ പർവതങ്ങൾ കയറിയിറങ്ങുന്നത്. എല്ലാ ആത്മബ ന്ധങ്ങളും എന്നോടൊപ്പം ഉണ്ട്. കോളിൻ താബ്രോണിന്റെ വാക്കുകളിൽ നിറയെ ആനന്ദാതിരേകത്തോളമുയർന്ന തീവ്രവികാരങ്ങൾ.

കുയിലിന്റെ പാട്ടുകൾ കേട്ട്, പേരറിയാ കിളികളുടെ കുറുകൽ കേട്ട്, നദിയുടെ സംഗീതം കേട്ട്, ഒരു കവിയുടെ മനസുമായാണ് കോളിൻ താബ്രോൺ നീങ്ങുന്നത്. അയാൾ കർഷകരുടെ കുടിലുകൾക്കുമുന്നിൽ അവരുടെ ജീവിതത്തിലേക്ക് എത്തിനോക്കുന്നു. ബുദ്ധ ഭിഷുക്കളോട് പ്രാർഥനയുടെ ആഴങ്ങളെക്കുറിച്ച് സംസാരിക്കുന്നു. കർഷകരോട് മണ്ണി നെക്കുറിച്ചും നാടോടികളോട് ദേശങ്ങളെയും സന്യാസികളോട് ആത്മീ യതയെയും കുറിച്ച് സംസാരിക്കുന്നു. കോളിൻ താബ്രോൺ പറയുന്നു. ലക്ഷ്യത്തിലെത്തുംമുമ്പ് എല്ലാം ഉപേക്ഷിച്ചിരിക്കണം. 'എന്റേത്' എന്ന് തിട്ടപ്പെടുത്തുന്നതെല്ലാം എല്ലാവർക്കുമായി പങ്കുവച്ചിരിക്കണം. അതൊ രുറച്ച തീരുമാനമായിരുന്നു. യാത്രയ്ക്കിടയിൽ കണ്ടുമുട്ടിയവരോട് ഹൃദ യത്തിന്റെ ഭാഷയിൽ സംസാരിക്കുമ്പോൾ കോളിൻ താബ്രോണിന് പുതി യൊരു ജന്മത്തിലെത്തിച്ചേർന്നതിന്റെ ആനന്ദമുണ്ടായിരുന്നു. രാഷ്ട്രീയ കൊലവെറികളും രാജ്യങ്ങളിലെ അതിർത്തി സംഘർഷങ്ങളും കോളിൻ താബ്രോണിനെ ചിന്തിപ്പിക്കുന്നുണ്ട്. ഇതെല്ലാം ഒഴിവാക്കാനാകും. മന സുകൾ സമ്മതിക്കുമെങ്കിൽ... കോളിൻ താബ്രോൺ അർധവാക്യത്തിൽ നിർത്തുന്നു.

ചൈനയുടെ അധിനിവേശങ്ങളുടെ തിരുശേഷിപ്പുകൾ കയർത്തു കിടക്കുന്ന ടിബറ്റ് കോളിൻ താബ്രോണിനെ വേദനിപ്പിക്കുന്നുണ്ട്. കൈലാ സഗിരിവരെ ഇതുകണ്ട് നടന്നേ മതിയാവൂ. ടിബറ്റിന്റെ പുതിയ തലമുറ ആഘോഷത്തിമിർപ്പിലാണ്. ഉടഞ്ഞ ബുദ്ധശിരസ്സുകൾക്ക് താഴെ അവർ തീവ്രവികാരത്തിന്റെ ഉത്സവമത്സരങ്ങൾ കാണുന്നു. അവർ ജീവിതത്തിന് പുതിയ നിർവചനം കൊടുക്കാൻ മത്സരിക്കുന്നതുപോലെ. ശൂന്യനാകും മുൻപ് ഓർമപ്പെരുക്കങ്ങൾക്കിടയിലേക്ക് ഇതുംകൂടി ചേർത്തുവച്ചുകൊണ്ട് കോളിൻ താബ്രോൺ പ്രാർഥനാഗിരി കാൺകെ വന്നുനിൽക്കുന്നു. പർവ

തങ്ങൾ കയറിയിറങ്ങി കോളിൻ താബ്രോൺ കിതച്ചു നിൽക്കുമ്പോൾ ആദ്യം ഓർമയിലേക്ക് കയറിവരുന്നത് ആശുപത്രിക്കിടക്കയിൽ കിതച്ചു കിടക്കുന്ന അമ്മയാണ്. അമ്മയുടെ നേർത്ത ശ്വാസവേഗങ്ങൾ തനിക്കു ചുറ്റും ചൂടുപകരുന്നതായി കോളിൻ താബ്രോണിനനുഭവപ്പെടുന്നു. പിന്നെ അനുജത്തി, അച്ഛൻ, അതൊരു മഞ്ഞ തിരശ്ശീലപോലെ കോളിൻ താബ്രോണിനെ പൊതിയുന്നു. പ്രാർഥനകൾക്കുള്ളിൽ ഒറ്റപ്പെട്ടുപോയ ഒരു നെയ്ത്തിരിനാളം പോലെ കോളിൻ താബ്രോൺ, ദൂരെ ജ്ഞാനസ ദസിലേക്ക് ശിരസുയർത്തി നിൽക്കുന്ന ധ്യാനാനന്ദം, പ്രാർഥനകളുടെ ധവളഗിരി.

To A Mountain In Tibet
Collin Thubron
Pengiun

www.ingramcontent.com/pod-product-compliance
Lightning Source LLC
Chambersburg PA
CBHW031746150726
47989CB00006B/2621